READWELL'S

# LEA



## IN A MONTH

Easy Method of Learning Malayalam
Through English Without a Teacher

**Mukundan Nair**
M.A., B.T., B.O.L.



**Readwell Publications**
**NEW DELHI-110008**

**PRICE : Rs. 38.00**

*Published by :*
**READWELL PUBLICATIONS**
B-8, Rattan Jyoti, 18, Rajendra Place
New Delhi-110 008 (INDIA)
Phone : 5737448, 5712649, 5721761
Fax : 91-11-5812385
E-mail : readwell@sify.com
newlight@vsnl.net





**ISBN 81-87782-06-4**

*Printed at : Arya Offset Press, New Delhi.*

## *Preface*

South Indian languages have great literary value. People of the North and other regions are deprived of the privilege to cull out the literary beauties of these languages, because they can neither read nor write in these languages. Moreover, when people go to South they fail to understand their languages.

The book in your hand will help you to prepare yourself for a pleasant trip to South India. The book contains everything that will help the beginner to learn the language—Alphabet, their pronunciation, words and their pronunciation, sentence construction and familiar proverbs and phrases. The book is a guide for speaking and writing.

*—Author*

# *CONTENTS*

# Alphabets

## VOWELS

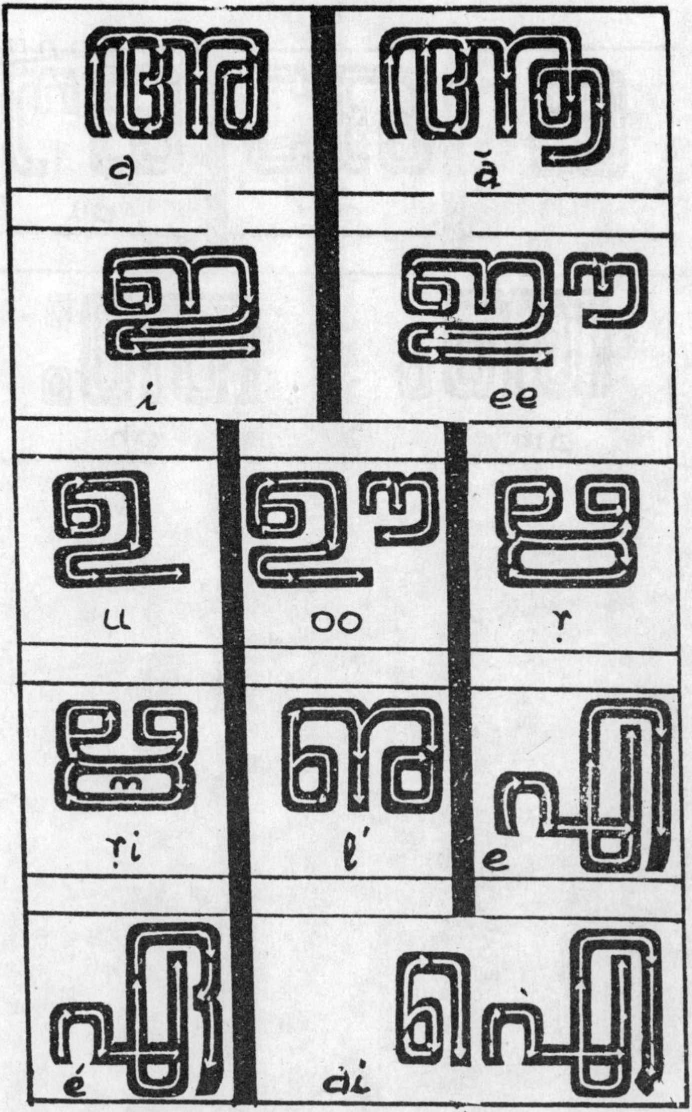

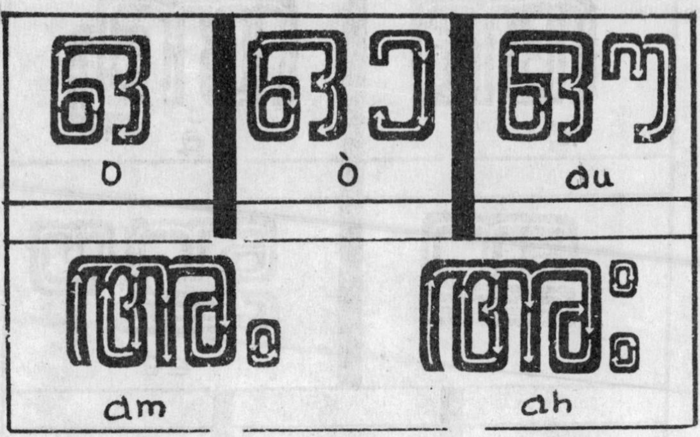
o
ò
au
am
ah

# CONSONANTS

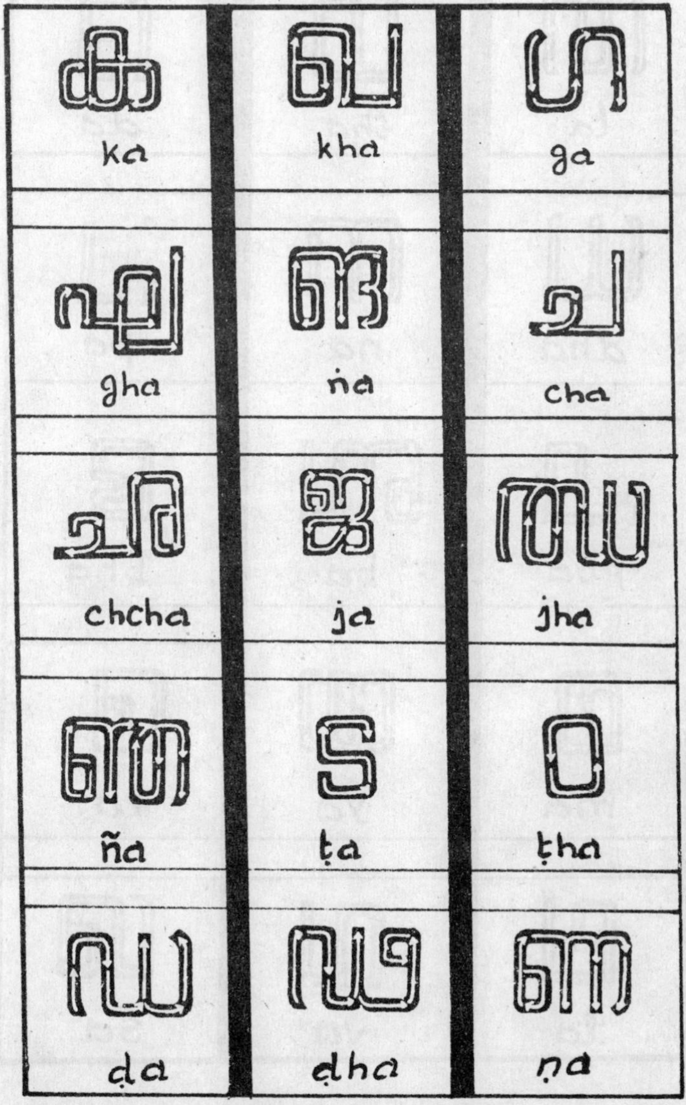
ka
kha
ga
gha
ṅa
cha
chcha
ja
jha
ña
ṭa
ṭha
ḍa
ḍha
ṇa

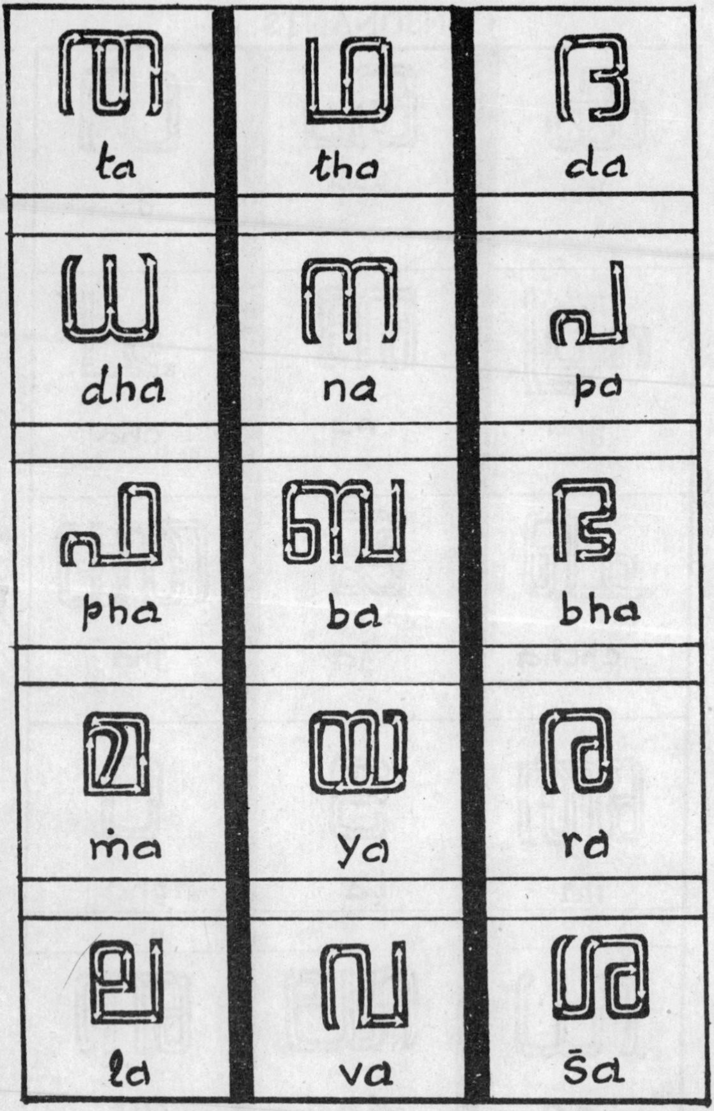
ta
tha
da
dha
na
pa
pha
ba
bha
ṁa
ya
ra
ła
va
śa

| | | |
|---|---|---|
| ഷ sha | സ sa | ഹ ha |
| ള ḷ | ഴ ḻ | റ r |
| ക്ഷ ksha | ൻ nn | ൾ ḷi |
| ൽ tli | ൽ ri | ൺ ni |

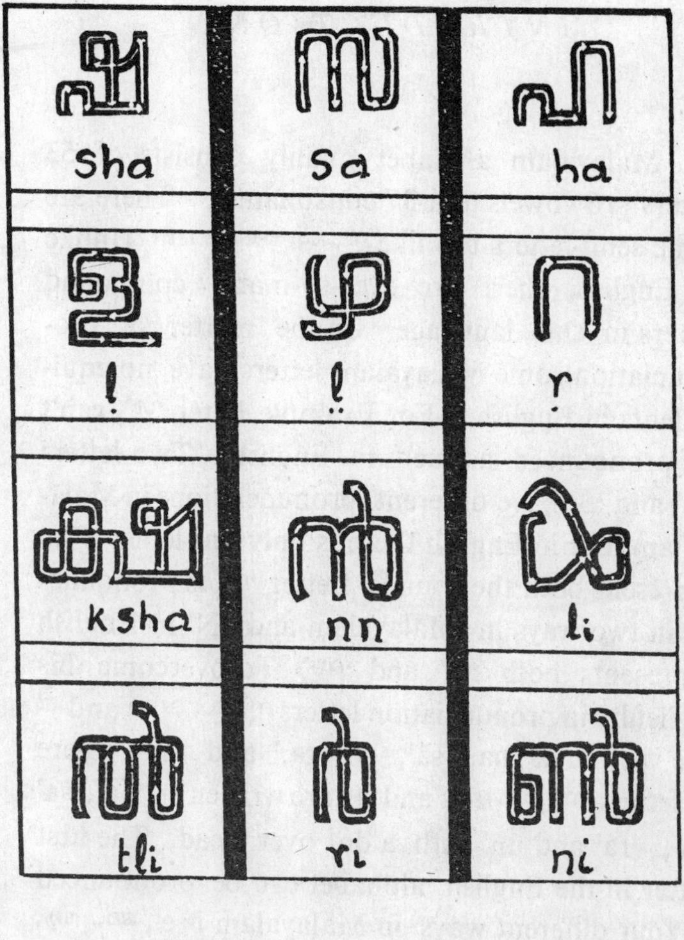

## *INTRODUCTION*

Malayalam alphabet mainly consists of 53 letters (16 vowels and 37 consonants). There are some semi-letters too like ൻ, ൾ, ൽ, ർ, ൺ. Unlike in English, there are ever-so-many compound letters in this language. In the matter of pronunciation some Malayalam letters have no equivalents in English. For Example letter 'ശ', can't be pronounced as such in English. Two letters 'ല' and 'ള' have different pronunciations in Malayalam, but in English there is only one letter '*l*' to represent both the sounds. Letter 'ന' is pronounced in two ways in Malayalam and 'N' in English represents both 'ന' and 'ണ'. To overcome this difficulty in pronunciation letters ന, സ, ല, റ and ൻ are written as 'na,' 'sa', 'la,' 'ra,' and 'in' where as letters ണ, ശ, ള, ര and ൺ are written as 'ṅa', 'ṡa' 'l̇a', 'ṙa' and 'iṅ' with a dot over head. The first letter in the English alphabet can be pronounced in four different ways in Malayalam i. e., അ, ആ, എ and ഏ. Vowels അ, ഇ, ഉ, എ and ഒ have five other vowels with longer pronunciation i. e., ആ, ഈ

ഊ, ഏ and ഓ which can be named "double vowels". The above mentioned vowels (both single and double, altogether 10 in number) are represented by 5 letters in English, namely A, I, U, E and O respectively.

In order to distinguish double vowels from single a small dash is put above them. Some words in Malayalam like 'എത്രാമത്തെ' (Ethramathe) can't be expressed by a single word in English. 'നീ നിന്റെ അച്ഛന്റെ എത്രാമത്തെ മകനാകുന്നു?' (Nī ninte achante ethrāmathe makanākunnu?) This sentence can be translated into English only thus: "Which is your rank among the sons of your father?"

In English singular subject should be followed by a singular predicate in the present tense, where as there is no such restriction in Malayalam. "Boy, plays" = കുട്ടി കളിക്കുന്നു; (kutti kaḷikunnu), Boys play = കുട്ടികൾ കളിക്കുന്നു; (kuttikaḷ kaḷikunnu). Here the verb 'കളിക്കുന്നു' (kaḷikunnu) is used both after a singular as well as a plural subject in Malayalam. Again, in English, predicates come just after the subjects in sentences; but in Malayalam predicates are generally used at the end of the sentences.

Ex. The cat drinks milk = പൂച്ച പാൽ കുടിക്കുന്നു.

pūcha pāl kudikunnu

In Malayalam several nouns have synonyms i. e., the word 'war' has many meanings in Malayalam as "യുദ്ധം (Yudham), രണം (Ṙaṅam) സമരം (Samaṙam), അടർ (Adar), അമർ (Amar), പോർ (Pōṙ)" etc. So even from the beginning of this book important synonyms are given for some Malayalam words which will be useful in expanding the vocabulary in the language.

In the matter of pronunciation English men find it very hard to pronounce some Malayalam letters like ക്ഷ (ksha)– ഴ (zha)—ത്ത (tha)—ക്ര (kra) etc., just like Malayalees find it difficult to pronounce English correctly. With everybody's permission a sorrowful cut once was that an Englishman took about a month to study the pronunciation of "കർക്കിടകസംക്രമം" (Karkidaka Sankramam) and after all, what he read was കാരക്കാട്ടു ശങ്കരമേനോൻ (Kārakāṫtu Ṡankaṙa Mĕnōn). This instance from experience shows the practical difficulty in the matter of pronunciation. At the same time the credit of making the first Malayalam Dictionary (Nighaṅṅu നിഘണ്ടു) goes to a European named Gundert. So, before starting to learn Malayalam it is indeed useful to keep in memory these minor points.

# LESSON 1

## ALPHABETS

## അക്ഷരമാല

Akṣaramāla

---

1. Vowels

സ്വരങ്ങൾ

Svaraṅṅaḷ

| | | | | | | | |
|---|---|---|---|---|---|---|---|
| അ | a | ആ | ā | ഇ | i | ഈ | ī |
| ഉ | u | ഊ | ū | ഋ | ṛ | ഌ | ḷ |
| എ | e | ഏ | ē | ഐ | ai | ഒ | o |
| ഓ | ō | ഔ | au | | | | |

Note :

| | | | | | | |
|---|---|---|---|---|---|---|
| അ, | ഇ, | ഉ, | ഋ, | ഌ | എ, | ഒ |
| a | i, | u, | ṛ, | ḷ, | e, | o |

are short vowels and the rest are long excepting ഐ ai and ഔ au which are known as dipthongs. Apart from these 14 vowels there are two signs to be associated with any one of these vowels They are ം and ഃ, usually written with the first letter അ to indicate that they may go with any vowel. Thus അം am and അഃ ah are to be studied along with the vowels although they are not strictly speaking vowels. They are called അനുസ്വാരം anusvāram and വിസർഗ്ഗം visargam respectively.

ഋ ṛ and ഌ ḷ have long vowels but they seldom appear in usage. Even ഌ ḷ occurs only in one word in Malayalam and that is borrowed from Sanskrit.

# HOW TO PRONOUNCE

| | | |
|---|---|---|
| അ | a | as A in America |
| ആ | ā | as a in Father |
| ഇ | i | as i in It |
| ഈ | ī | as ee in Sweet |
| ഉ | u | as u in Put |
| ഊ | ū | as oo in Cool |
| ഋ | ṛ | as r in Rhythm |
| ഌ | l' | somewhat like 'lu' in clue |
| എ | e | as a in any |
| ഏ | ē | elongate the vowel e |
| ഐ | ai | as I in Island |
| ഒ | o | as in Only |
| ഓ | ō | elongate the vowel o |
| അം | am | am "um" in umbrella. |
| അഃ | ah | as h in halt. |

Note : The sign of അം am, anusvāram, is ം, which has the value of the pronunciation of the English letter m. The sign of അഃ, the visarga, is ഃ which corresponds to 'h' in English. Anusvāram and visarga can be added to any vowel and therefore both of these are studied in the alphabetical chart associated with the first letter, അ a, which has the value of x in algebra and which stands for any vowel

# CONSONANTS

## വ്യഞ്ജനങ്ങൾ

Vyañjanaṅṅal

| | | | | |
|---|---|---|---|---|
| ക<br>ka | ഖ<br>kha | ഗ<br>ga | ഘ<br>gha | ങ<br>ṅa |
| ച<br>ca | ഛ<br>cha | ജ<br>ja | ഝ<br>jha | ഞ<br>ña |
| ട<br>ṭa | ഠ<br>ṭha | ഡ<br>ḍa | ഢ<br>ḍha | ണ<br>ṇa |
| ത<br>ta | ഥ<br>tha | ദ<br>da | ധ<br>dha | ന<br>na |
| പ<br>pa | ഫ<br>pha | ബ<br>ba | ഭ<br>bha | മ<br>ṁa |
| യ<br>ya | ര<br>ra | ല<br>la | വ<br>va | |
| ശ<br>śa | ഷ<br>ṣa | സ<br>sa | ഹ<br>ha | |
| ള<br>ḷ | ഴ<br>ḻ | റ<br>ṟ | | |

*Note* :— All the consonants are written adding a vowel അ, a, when only they are capable of being clearly pronounced. Strictly speaking these consonants are to be understood without adding any vowel to them, as a consonant is defined as having no independent entity in pronunciation unless a vowel is added to it. Thus consonant ക, ka, is to be represented as ക്, k, and the others also likewise.

# RULES OF PRONUNCIATION

All the alphabets in Sanskrit are found in Malayalam and their pronunciation is exactly like that of Sanskrit alphabets. In addition to the Sanskrit alphabets, the three letters ള ḷ, ഴ ḻ and റ ṟ found in Tamil and other Dravidian languages strictly follow their counterparts in Tamil or Kannada.

ന na the dental nasal in Malayalam is used for the pronunciation of ṅa in Tamil, the alveolar nasal, which never occurs at the beginning of any Malayalam word. The pronunciation of alveolar ṅa is identical with n in the English word, no. When ന na, the dental is duplicated it is pronounced either as dental or alveolar according to the context. The general rule to pronounce alveolar ṅa is that it is to be pronounced as alveolar ṅa when ന, n, is found occurring anywhere in a word excepting at the beginning. Thus the words നനാ naṅā, നന naṅa, ചേന cēṅa, മനം maṅam may be given as examples. Therefore throughout this book no particular diacritical mark is given to alveolar ന na, as is the case with Malayalam letter ന which represents both dental and alveolar.

റ ṟa when single has its original value, and when duplicated ററ ṟṟa takes a different pronunciation which is identical with the tt in the English word *attention*.

*Note:* Many words in Malayalam end in half ഉ u which has the status of a vowel, although it is half of a vowel only. Half of ഉ u is represented by a crescent mark above ഉ as ഉ° u°. This particular half vowel has a special significance in the Malayalam grammar, and therefore the students of Malayalam language should pay special attention in its writing as well as pronunciation.

അ a, the first vowel, has no separate sign in Malayalam. As already stated all consonants are written with vowel അ, a, latent in them. To have no separate sign is itself a sign as in the case with Tamil and Sanskrit.

| Vowel. | Sign. | Example. |
|---|---|---|
| ആ ā | ാ | കാ kā |
| ഇ i | ി | കി ki |
| ഈ ī | ീ | കീ kī |
| ഉ u | ു | കു ku |
| ഊ ū | ൂ | കൂ kū |
| ഋ ṛ | ൃ | കൃ kṛ |
| ഌ ḷ | ഌ | കൢ kḷ |
| എ e | െ | കെ ke |
| ഏ ē | േ | കേ kē |
| ഐ ai | ൈ | കൈ kai |
| ഒ o | െ ാ | കൊ ko |
| ഓ ō | േ ാ | കോ kō |
| ഔ au | ൗ | കൗ kau |

*Note* : One difficulty with Malayalam is that the sign of ഉ u has no uniformity with all the consonants.

# LESSON 2

## Malayalam Alphabets

### (Malayāla Akshāramāla)

### മലയാള അക്ഷരമാല

Vowels = സ്വരങ്ങൾ (Swarangal)

| | | | |
|---|---|---|---|
| A = അ | Ā = ആ | I = ഇ | Ī = ഈ |
| U = ഉ | Ū = ഊ | Ire = ഋ | I le = ഌ |
| ī iĕ = ൠ | E = എ | É = ഏ | Ai = ഐ |
| O = ഒ | Ō = ഓ | Au = ഔ | Am = അം |

**Consonants** = വ്യഞ്ജനങ്ങൾ (Vyanjanangal)

| | | | | |
|---|---|---|---|---|
| Ka = ക | Cha = ച | Da = ട | Ta = ത | Pa = പ |
| Kha = ഖ | Chha = ഛ | Dda = ഠ | Tta = ഥ | Pha = ഫ |
| Ga = ഗ | Ja = ജ | Dah = ഡ | Tha = ദ | Ba = ബ |
| Gha = ഘ | Jha = ഝ | Ddha = ഢ | Thha = ധ | Bha = ഭ |
| Nga = ങ | Nja = ഞ | Ṅa = ണ | Na = ന | Ma = മ |

| | | | |
|---|---|---|---|
| Ya = യ | Ṙa = ര | La = ല | Va = വ |
| Śa = ശ | Sha = ഷ | Sa = സ | Ha = ഹ |
| L̇a = ള | Ksha = ക്ഷ | Zha = ഴ | Ra = റ |

## Semi-Consonants = അർദ്ധവ്യഞ്ജനങ്ങൾ

## Ardha Vyanjanangaḷ

| In = ൻ | ll = ൽ | Iḷ = ൾ | Iṙ = ർ | Iṅ = ൺ |
|---|---|---|---|---|

## Symbols to Vowels

| | | | | |
|---|---|---|---|---|
| Ā | - | ആ | - | ാ |
| I | - | ഇ | - | ി |
| Ī | - | ഈ | - | ീ |
| U | - | ഉ | - | ം, ഉ, ദ, ു |
| Ū | - | ഊ | - | ൂ, ൂ, ൂ |
| Re | - | ഋ | - | ൃ |
| E | - | എ | - | െ |
| Ē | - | ഏ | - | േ |
| Ai | - | ഐ | - | ൈ |
| O | - | ഒ | - | െ—ാ |
| Ō | - | ഓ | - | േ—ാ |
| Ou | - | ഔ | - | െ—ൗ |
| Am | - | അം | - | ം |

## Some important vowels

| Eng. Equivalents | | Mal. Vowels | Symbols | Pronunciation |
|---|---|---|---|---|
| A | - | ആ | ാ | Army |
| I | – | ഇ | ി | It |
| Am | - | അം | ം | Umbrella |

### Words

| Eng. Equivalents | | Mal. Words | | Meanings in English |
|---|---|---|---|---|
| Tara | - | തറ | - | Floor |
| Kara | - | കറ | - | Stain |
| Mara | - | മറ | - | Screen |
| Pana | – | പന | – | Palm |
| Vala | – | വല | – | Net |
| Lata | - | ലത | - | Creeper |
| Kaṛa | – | കര | - | Land |
| Paka | - | പക | -- | Hatred |

Kala — കല — Stag

Pada — പട — War

Mada — മട — Den

Nada — നട — Walk

Nāda — നാട — Ribbon

Sada — സട — Mane

Nari — നരി — Tiger

Nāri — നാരി — Woman

Padi — പടി — Gate

Pādi — പാടി — Sang

Padam — പടം — Picture

Pādam — പാടം — Field

Kada — കട — Shop

Kāda — കാട — A kind of bird

Vadi — വടി — Stick

Vādi — വാടി — Flower garden

Kalam — കലം — Pot

Kālam — കാലം — Season

| | | | | |
|---|---|---|---|---|
| Mala | — | മല | — | Mountain |
| Māla | — | മാല | — | Garland |
| Vaṙa | — | വര | — | Line |
| Vāṙa | — | വാര | — | Yard |
| Pata | — | പത | — | Foam |
| Pāta | — | പാത | — | Road |
| Para | — | പറ | — | A measure |
| Pāra | — | പാറ | — | Rock |
| Nila | — | നില | — | State |
| Nīla | — | നീല | — | Blue |
| Pani | — | പനി | — | Fever |
| Pāni | — | പാനി | — | A sweet drink |
| Kaṙam | — | കരം | — | Tax /Hand |
| Kaḷi | — | കളി | — | Play |
| Kuḷi | — | കളി | — | Bath |
| Maṅam | — | മണം | — | Smell |
| Tadi | — | തടി | — | Log |

| | | |
|---|---|---|
| Thādi | — താടി | — Beard |
| Māsam | — മാസം | — Month |
| Kul̇am | — കുളം | — Tank |
| Kutiṙa | — കുതിര | — Horse |
| Kanakam | — കനകം | — Gold |
| Kāraṅam | — കാരണം | — Reason |
| Tal̇ika | — തളിക | — Plate |
| Naṙakam | — നരകം | — Hell |
| Makaṙam | — മകരം | — A Malayalam month |
| Maraṅam | — മരണം | — Death |
| Kavala | — കവല | — A place where roads meet |
| Pala vaka | — പലവക | — Different kinds |

## Some easy letters in Malayalam and simple Words formed by them

| Eng. Equivalents | | Mal. Letters | | Pronunciation |
|---|---|---|---|---|
| Ra | - | ര | - | Rug |
| Ṙ | - | റ | - | Caravan |
| Ta | - | ത | - | Thumb |
| Na | - | ന | - | Narrow |
| Pa | - | പ | - | Purpose |
| Va | - | വ | - | Work |
| Ma | - | മ | - | Much |
| La | - | ല | - | Love |
| Ka | - | ക | - | Cover |
| Ga | - | ഗ | - | Gum |
| Da | - | ട | - | Dumb |
| Ṅa | - | ണ | - | Bonafide |

## Vowels added to consonants

**Ka = ക**

| Eng. Equivalent | | Mal. letter | | Symbols |
|---|---|---|---|---|
| Ka | - | ക | - | |
| Kā | - | കാ | - | ാ |
| Ki | - | കി | - | ി |
| Kī | - | കീ | - | ീ |
| Ku | - | കു | - | o, 3, ഉ, ു |
| Kū | - | കൂ | - | ൂ, ൂ, ൂ |
| Kre | - | കൃ | - | ൃ |
| Ke | - | കെ | - | െ |
| Kĕ | - | കേ | - | േ |
| Kai | - | കൈ | - | ൈ |
| Ko | - | കൊ | - | െ—ാ |
| Kŏ | - | കോ | - | േ—ാ |
| Kau | - | കൌ | - | െ—ൗ |
| Kam | - | കം | - | ം |

**Kha = ഖ**

| English | — | Malayalam |
|---|---|---|
| Kha | = | ഖ |
| Khā | = | ഖാ |
| Khi | = | ഖി |
| Khī | = | ഖീ |
| Khu | = | ഖു, ഖു |
| Khū | = | ഖൂ, ഖൂ |
| Khre | = | ഖൃ |
| Khe | = | ഖെ |
| Khĕ | = | ഖേ |
| Khai | = | ഖൈ |
| Kho | = | ഖൊ |
| Khõ | = | ഖോ |
| Khau | = | ഖൗ |
| Kham | = | ഖം |

**Ga = ഗ**

| | | |
|---|---|---|
| Ga | = | ഗ |
| Gā | = | ഗാ |
| Gi | = | ഗി |
| Gī | = | ഗീ |
| Gu | = | ഗു, ഗു |
| Gū | = | ഗൂ, ഗൂ |
| Gre | = | ഗൃ, ഗൃ |
| Ge | = | ഗെ |
| Gė | = | ഗേ |
| Gai | = | ഗൈ |
| Go | = | ഗൊ |
| Gō | = | ഗോ |
| Gau | = | ഗൌ |
| Gam | = | ഗം |

**Gha = ഘ**

| | | |
|---|---|---|
| Gha | = | ഘ |
| Ghā | = | ഘാ |

| | | |
|---|---|---|
| Ghi | = | ഘി |
| Ghī | = | ഘീ |
| Ghu | = | ഘു, ഘു |
| Ghū | = | ഘൂ, ഘൂ |
| Ghre | = | ഘൃ, ഘൃ |
| Ghe | = | ഘെ |
| Ghē | = | ഘേ |
| Ghai | = | ഘൈ |
| Gho | = | ഘൊ |
| Ghō | = | ഘോ |
| Ghau | = | ഘൌ |
| Gham | = | ഘം |

## Nga = ങ

| | | |
|---|---|---|
| Nga | = | ങ |
| Ngā | = | ങാ |
| Ngi | = | ങി |
| Ngī | = | ങീ |

| | | |
|---|---|---|
| Ngu | = | ങു, ങു |
| Ngū | = | ങൂ, ങൂ |
| Ngre | = | ങൃ |
| Nge | = | ങെ |
| Ngē | = | ങേ |
| Ngai | = | ങൈ |
| Ngo | = | ങൊ |
| Ngō | = | ങോ |
| Ngau | = | ങൌ |
| Ngam | = | ങം |

**Cha = ച**

| | | |
|---|---|---|
| Cha | = | ച |
| Chā | = | ചാ |
| Chi | = | ചി |
| Chī | = | ചീ |
| Chu | = | ചു, ചു |
| Chū | = | ചൂ, ചൂ |

| | | |
|---|---|---|
| Chre | = | ചൃ |
| Che | = | ചെ |
| Chē | = | ചേ |
| Chai | = | ചൈ |
| Cho | = | ചൊ |
| Chō | = | ചോ |
| Chau | = | ചൌ |
| Cham | = | ചം |

## Chha = ഛ

| | | |
|---|---|---|
| Chha | = | ഛ |
| Chhā | = | ഛാ |
| Chhi | = | ഛി |
| Chhī | = | ഛീ |
| Chhu | = | ഛു, ഛു |
| Chhū | = | ഛൂ, ഛൂ |
| Chhre | = | ഛൃ |
| Chhe | = | ഛെ |

| | | |
|---|---|---|
| Chhē | = | ഛേ |
| Chhai | = | ഛൈ |
| Chho | = | ഛൊ |
| Chhō | = | ഛോ |
| Chhau | = | ഛൌ |
| Chham | = | ഛം |

**Ja = ജ**

| | | |
|---|---|---|
| Ja | = | ജ |
| Jā | = | ജാ |
| Ji | = | ജി |
| Jī | = | ജീ |
| Ju | = | ജു, ജു |
| Jū | = | ജൂ, ജൂ |
| Jre | = | ജൃ |
| Je | = | ജെ |
| Jē | = | ജേ |
| Jai | = | ജൈ |

| | | |
|---|---|---|
| **Jo** | = | ജൊ |
| **Jō** | = | ജോ |
| **Jau** | = | ജൌ |
| **Jam** | = | ജം |

**Jha = ഝ**

| | | |
|---|---|---|
| **Jha** | = | ഝ |
| **Jhā** | = | ഝാ |
| **Jhi** | = | ഝി |
| **Jhī** | = | ഝീ |
| **Jhu** | = | ഝു, ഝു |
| **Jhū** | = | ഝൂ, ഝൂ |
| **Jhre** | = | ഝൃ |
| **Jhe** | = | ഝെ |
| **Jhē** | = | ഝേ |
| **Jhai** | = | ഝൈ |
| **Jho** | = | ഝൊ |
| **Jhō** | = | ഝോ |

| | | |
|---|---|---|
| Jhau | = | ഝൌ |
| Jham | = | ഝം |

**Nja = ഞ**

| | | |
|---|---|---|
| Nja | = | ഞ |
| Njā | = | ഞാ |
| Nji | = | ഞി |
| Njī | = | ഞീ |
| Nju | = | ഞു, ഞു |
| Njū | = | ഞൂ, ഞൂ |
| Njre | = | ഞൃ |
| Nje | = | ഞെ |
| Njē | = | ഞേ |
| Njai | = | ഞൈ |
| Njo | = | ഞൊ |
| Njō | = | ഞോ |
| Njau | = | ഞൌ |
| Njam | = | ഞം |

## Da = ଡ

| | | |
|---|---|---|
| Da | = | ଡ |
| Dā | = | ଡା |
| Di | = | ଡି |
| Dī | = | ଡୀ |
| Du | = | ଡୁ, ଡୁ |
| Dū | = | ଡୂ, ଡୂ |
| Dre | = | ଡୃ |
| De | = | ଡେ |
| Dē | = | ଡେ |
| Dai | = | ଡୈ |
| Do | = | ଡୋ |
| Dŏ | = | ଡୋ |
| Dau | = | ଡୌ |
| Dam | = | ଡଂ |

## Dda = ଢ

| | | |
|---|---|---|
| Dda | = | ଢ |
| Ddā | = | ଢା |

| | | |
|---|---|---|
| Ddi | = | ഠി |
| Ddī | = | ഠീ |
| Ddu | = | ഠു, ഠു |
| Ddū | = | ഠൂ, ഠൂ |
| Ddre | = | ഠൃ |
| Dde | = | ഠെ |
| Ddĕ | = | ഠേ |
| Ddai | = | ഠൈ |
| Ddo | = | ഠൊ |
| Ddõ | = | ഠോ |
| Ddau | = | ഠൌ |
| Ddam | = | ഠം |

**Dha** = ഡ

| | | |
|---|---|---|
| Dha | = | ഡ |
| Dhā | = | ഡാ |
| Dhi | = | ഡി |
| Dhī | = | ഡീ |

| | | |
|---|---|---|
| Dhu | = | ഢു, ഢു |
| Dhū | = | ഢൂ, ഢൂ |
| Dhre | = | ഢൃ |
| Dhe | = | ഢെ |
| Dhĕ | = | ഢേ |
| Dhai | = | ഢൈ |
| Dho | = | ഢൊ |
| Dhŏ | = | ഢോ |
| Dhau | = | ഢൌ |
| Dham | = | ഢം |

**Ddha** = ധ

| | | |
|---|---|---|
| Ddha | = | ധ |
| Ddhā | = | ധാ |
| Ddhi | = | ധി |
| Ddhī | = | ധീ |
| Ddhu | = | ധു, ധു |
| Ddhū | = | ധൂ, ധൂ |

| | | |
|---|---|---|
| Ddhre | = | ഢൃ |
| Ddhe | = | ഢെ |
| Ddhė | = | ഢേ |
| Ddhai | = | ഢൈ |
| Ddho | = | ഢൊ |
| Ddhŏ | = | ഢോ |
| Ddhau | = | ഢൌ |
| Ddham | = | ഢം |

**Ṅa = ണ**

| | | |
|---|---|---|
| Ṅa | = | ണ |
| Ṅa | = | ണാ |
| Ṅi | = | ണി |
| Ṅī | = | ണീ |
| Ṅu | = | ണു, ണു |
| Ṅū | = | ണൂ, ണൂ |
| Ṅre | = | ണൃ |
| Ṇe | = | ണെ |

| | | |
|---|---|---|
| Ṅē | = | ണേ |
| Ṅai | = | ണൈ |
| Ṅo | = | ണൊ |
| Ṅō | = | ണോ |
| Ṅau | = | ണൌ |
| Ṅam | = | ണം |

**Ta = ത**

| | | |
|---|---|---|
| Ta | = | ത |
| Tā | = | താ |
| Ti | = | തി |
| Tī | = | തീ |
| Tu | = | തു, തു |
| Tū | = | തൂ, തൂ |
| Tre | = | തൃ, തൃ |
| Te | = | തെ |
| Tĕ | = | തേ |
| Tai | = | തൈ |

| | | |
|---|---|---|
| To | = | തൊ |
| Tõ | = | തോ |
| Tau | = | തൌ |
| Tam | = | തം |

**Tta = ഥ**

| | | |
|---|---|---|
| Tta | = | ഥ |
| Ttā | = | ഥാ |
| Tti | = | ഥി |
| Ttī | = | ഥീ |
| Ttu | = | ഥു, ഥു |
| Ttū | = | ഥൂ, ഥൂ |
| Ttre | = | ഥൃ |
| Tte | = | ഥെ |
| Ttě | = | ഥേ |
| Ttai | = | ഥൈ |
| Tto | = | ഥൊ |
| Ttō | = | ഥോ |

| | | |
|---|---|---|
| Ttau | = | ഠൌ |
| Ttam | = | ഠം |

**Tha = ദ**

| | | |
|---|---|---|
| Tha | = | ദ |
| Thā | = | ദാ |
| Thi | = | ദി |
| Thī | = | ദീ |
| Thu | = | ദു, ദു |
| Thū | = | ദൂ, ദൂ |
| Thre | = | ദൃ, ദൃ |
| The | = | ദെ |
| Thė | = | ദേ |
| Thai | = | ദൈ |
| Tho | = | ദൊ |
| Thō | = | ദോ |
| Thau | = | ദൌ |
| Tham | = | ദം |

**Thha = ഥ**

| | | |
|---|---|---|
| Thha | = | ഥ |
| Thha | = | ഥാ |
| Thhi | = | ഥി |
| Thhī | = | ഥീ |
| Thhu | = | ഥു, ഥു |
| Thhū | = | ഥൂ, ഥൂ |
| Thhre | = | ഥൃ, ഥൃ |
| Thhe | = | ഥെ |
| Thhē | = | ഥേ |
| Thhai | = | ഥൈ |
| Thho | = | ഥൊ |
| Thhō | = | ഥോ |
| Thhau | = | ഥൌ |
| Thham | = | ഥം |

**Na = ന**

| | | |
|---|---|---|
| Na | = | ന |
| Nā | = | നാ |

| | | |
|---|---|---|
| Ni | = | നി |
| Nī | = | നീ |
| Nu | = | നു, നു |
| Nū | = | നൂ, നൂ |
| Nre | = | നൃ, നൃ |
| Ne | = | നെ |
| Nē | = | നേ |
| Nai | = | നൈ |
| No | = | നൊ |
| Nō | = | നോ |
| Nau | = | നൌ |
| Nam | = | നം |

**Pa = പ**

| | | |
|---|---|---|
| Pa | = | പ |
| Pā | = | പാ |
| Pi | = | പി |
| Pī | = | പീ |

| | | |
|---|---|---|
| Pu | = | പു, പു |
| Pū | = | പൂ, പൂ |
| Pre | = | പൃ, പൃ |
| Pe | = | പെ |
| Pē | = | പേ |
| Pai | = | പൈ |
| Po | = | പൊ |
| Pō | = | പോ |
| Pau | = | പൌ |
| Pam | = | പം |

**Pha** = ഫ

| | | |
|---|---|---|
| Pha | = | ഫ |
| Phā | = | ഫാ |
| Phi | = | ഫി |
| Phī | = | ഫീ |
| Phu | = | ഫു, ഫു |
| Phū | = | ഫൂ, ഫൂ |

| | | |
|---|---|---|
| Phre | = | ഫൃ |
| Phe | = | ഫെ |
| Phē | = | ഫേ |
| Phai | = | ഫൈ |
| Pho | = | ഫൊ |
| Phō | = | ഫോ |
| Phau | = | ഫൌ |
| Pham | = | ഫം |

**Ba = ബ**

| | | |
|---|---|---|
| Ba | = | ബ |
| Bā | = | ബാ |
| Bi | = | ബി |
| Bī | = | ബീ |
| Bu | = | ബു, ബു |
| Bū | = | ബൂ, ബൂ |
| Bre | = | ബൃ, ബൃ |
| Be | = | ബെ |

| | | |
|---|---|---|
| Bė | = | ബേ |
| Bai | = | ബൈ |
| Bo | = | ബൊ |
| Bō | = | ബോ |
| Bau | = | ബൌ |
| Bam | = | ബം |

**Bha = ഭ**

| | | |
|---|---|---|
| Bha | = | ഭ |
| Bhā | = | ഭാ |
| Bhi | = | ഭി |
| Bhī | = | ഭീ |
| Bhu | = | ഭു, ഭു |
| Bhū | = | ഭൂ, ഭൂ |
| Bhre | = | ഭൃ, ഭൃ |
| Bhe | = | ഭെ |
| Bhē | = | ഭേ |
| Bhai | = | ഭൈ |

| | | |
|---|---|---|
| Bho | = | ഭൊ |
| Bhō | = | ഭോ |
| Bhau | = | ഭൌ |
| Bham | = | ഭം |

## Ma = മ

| | | |
|---|---|---|
| Ma | = | മ |
| Mā | = | മാ |
| Mi | = | മി |
| Mī | = | മീ |
| Mu | = | മു, മു |
| Mū | = | മൂ, മൂ |
| Mre | = | മൃ, മൃ |
| Me | = | മെ |
| Mē | = | മേ |
| Mai | = | മൈ |
| Mo | = | മൊ |
| Mo | = | മോ |

| | | |
|---|---|---|
| Mau | = | മൌ |
| Mam | = | മം |

**Ya = യ**

| | | |
|---|---|---|
| Ya | = | യ |
| Yā | = | യാ |
| Yi | = | യി |
| Yī | = | യീ |
| Yu | = | യു, യു |
| Yū | = | യൂ, യൂ |
| Yre | = | യൃ |
| Ye | = | യെ |
| Yē | = | യേ |
| Yai | = | യൈ |
| Yo | = | യൊ |
| Yō | = | യോ |
| Yau | = | യൌ |
| Yam | = | യം |

### Ṙa = ര

| | | |
|---|---|---|
| Ṙa | = | ര |
| Ṙā | = | രാ |
| Ṙi | = | രി |
| Ṙī | = | രീ |
| Ṙu | = | രു, രു |
| Ṙū | = | രൂ, രൂ |
| Ṙre | = | രൃ |
| Ṙe | = | രെ |
| Ṙē | = | രേ |
| Ṙai | = | രൈ |
| Ṙo | = | രൊ |
| Ṙō | = | രോ |
| Ṙau | = | രൗ |
| Ṙam | = | രം |

### La = ല

| | | |
|---|---|---|
| La | = | ല |
| Lā | = | ലാ |

| | | |
|---|---|---|
| Li | = | ലി |
| Lī | = | ലീ |
| Lu | = | ലു, ലു |
| Lū | = | ലൂ, ലൂ |
| Lre | = | ലൃ |
| Le | = | ലെ |
| Lē | = | ലേ |
| Lai | = | ലൈ |
| Lo | = | ലൊ |
| Lō | = | ലോ |
| Lau | = | ലൌ |
| Lam | = | ലം |

**Va** = വ

| | | |
|---|---|---|
| Va | = | വ |
| Vā | = | വാ |
| Vi | = | വി |
| Vī | = | വീ |

| | | |
|---|---|---|
| Vu | = | വ്വ, വു |
| Vū | = | വ്വൂ, വൂ |
| Vre | = | വ്വൃ, വൃ |
| Ve | = | വെ |
| Vė | = | വേ |
| Vai | = | വൈ |
| Vo | = | വൊ |
| Vō | = | വോ |
| Vau | = | വൌ |
| Vam | = | വം |

**Ṡa = ശ**

| | | |
|---|---|---|
| Ṡa | = | ശ |
| Ṡā | = | ശാ |
| Ṡi | = | ശി |
| Ṡī | = | ശീ |
| Ṡu | = | ശ്ശ, ശു |
| Ṡū | = | ശ്ശൂ, ശൂ |

| | | |
|---|---|---|
| Ṡre | = | ശ്ര, ശൃ |
| Ṡe | = | ശെ |
| Ṡē | = | ശേ |
| Ṡai | = | ശൈ |
| Ṡo | = | ശൊ |
| Ṡō | = | ശോ |
| Ṡau | = | ശൌ |
| Ṡam | = | ശം |

## Sha = ഷ

| | | |
|---|---|---|
| Sha | = | ഷ |
| Shā | = | ഷാ |
| Shi | = | ഷി |
| Shī | = | ഷീ |
| Shu | = | ഷു, ഷു |
| Shū | = | ഷൂ, ഷൂ |
| Shre | = | ഷൃ |
| She | = | ഷെ |

| | | |
|---|---|---|
| Shē | = | ഷേ |
| Shai | = | ഷൈ |
| Sho | = | ഷൊ |
| Shō | = | ഷോ |
| Shau | = | ഷൌ |
| Sham | = | ഷം |

**Sa** = സ

| | | |
|---|---|---|
| Sa | - | സ |
| Sā | = | സാ |
| Si | = | സി |
| Sī | = | സീ |
| Su | = | സു, സു |
| Sū | = | സൂ. സൂ |
| Sre | = | സൃ, സൃ |
| Se | = | സെ |
| Sé | = | സേ |
| Sai | = | സൈ |

| | | |
|---|---|---|
| So | = | സൊ |
| Sō | = | സോ |
| Sau | = | സൌ |
| Sam | = | സം |

**Ha** = ഹ

| | | |
|---|---|---|
| Ha | = | ഹ |
| Hā | = | ഹാ |
| Hi | = | ഹി |
| Hī | = | ഹീ |
| Hu | = | ഹു, ഹു |
| Hū | = | ഹൂ, ഹൂ |
| Hre | = | ഹൃ, ഹൃ |
| He | = | ഹെ |
| Hė | = | ഹേ |
| Hai | = | ഹൈ |
| Ho | = | ഹൊ |
| Hō | = | ഹോ |

| | | |
|---|---|---|
| Hau | = | ഹൌ |
| Ham | = | ഹം |

### L̇a = ള

| | | |
|---|---|---|
| L̇a | = | ള |
| L̇ā | = | ളാ |
| L̇i | = | ളി |
| L̇ī | = | ളീ |
| L̇u | = | ളു. ളു |
| Lū | = | ളൂ, ളൂ |
| L̇re | = | ളൃ |
| L̇e | = | ളെ |
| L̇ē | = | ളേ |
| L̇ai | = | ളൈ |
| L̇o | = | ളൊ |
| L̇ō | = | ളോ |
| L̇au | = | ളൌ |
| L̇am | = | ളം |

**Ksha = ക്ഷ**

| | | |
|---|---|---|
| Ksha | = | ക്ഷ |
| Kshā | = | ക്ഷാ |
| Kshi | = | ക്ഷി |
| Kshī | = | ക്ഷീ |
| Kshu | = | ക്ഷു, ക്ഷു |
| Kshū | = | ക്ഷൂ, ക്ഷൂ |
| Kshre | = | ക്ഷൃ |
| Kshe | = | ക്ഷെ |
| Kshē | = | ക്ഷേ |
| Kshai | = | ക്ഷൈ |
| Ksho | = | ക്ഷൊ |
| Kshō | = | ക്ഷോ |
| Kshau | = | ക്ഷൌ |
| Ksham | = | ക്ഷം |

**Zha = ഴ**

| | | |
|---|---|---|
| Zha | = | ഴ |
| Zhā | = | ഴാ |

| | | |
|---|---|---|
| Zhi | = | ଝି |
| Zhī | = | ଝୀ |
| Zhu | = | ଝୁ, ଝୁ |
| Zhū | = | ଝୂ, ଝୂ |
| Zhre | = | ଝୃ |
| Zhe | = | ଝେ |
| Zhē | = | ଝେ |
| Zhai | = | ଝୈ |
| Zho | = | ଝୋ |
| Zhō | = | ଝୋ |
| Zhau | = | ଝୌ |
| Zham | = | ଝଂ |

**Ra = ର**

| | | |
|---|---|---|
| Ra | = | ର |
| Rā | = | ରା |
| Ri | = | ରି |
| Rī | = | ରୀ |

| | | |
|---|---|---|
| Ru | = | റു, റു |
| Rū | = | റൂ, റൂ |
| Rre | = | റൃ |
| Re | = | റെ |
| Rē | = | റേ |
| Rai | = | റൈ |
| Ro | = | റൊ |
| Ro | = | റോ |
| Rau | = | റൌ |
| Ram | = | റം |

## LESSON 3

# Conjunct consonants

## ചില ഇരട്ടാക്ഷരങ്ങളും കൂട്ടക്ഷരങ്ങളും

## Chila irattaksharangalum kuttaksharangalum

| | | | | | | |
|---|---|---|---|---|---|---|
| ക് | + | ക | — | ക്ക | = | Kka |
| ട് | + | ട | — | ട്ട | = | Tta |
| ങ് | + | ങ | — | ങ്ങ | = | Nga |
| ച് | + | ച | — | ച്ച | = | Chha |
| ഞ് | + | ഞ | — | ഞ്ഞ | = | Njha |
| ത് | + | ത | — | ത്ത | = | Tha |
| ല് | + | ല | — | ല്ല | = | Lla |
| ക് | + | ഷ | — | ക്ഷ | = | Ksha |
| റ് | + | റ | — | റ്റ | = | Tta |
| ണ് | + | ണ | — | ണ്ണ | = | Ṅṅa |
| ന് | + | ന | — | ന്ന | = | Nna |
| ന് | + | മ | — | ന്മ | = | Nma |
| ന് | + | ത | — | ന്ത | = | Ntha |
| ണ് | + | ട | — | ണ്ട | = | Ṅda |
| മ് | + | മ | — | മ്മ | = | Mma |

| | | | | | | | |
|---|---|---|---|---|---|---|---|
| പ് | + | പ | — | പ്പ | = | Ppa |
| ന് | + | പ | — | ന്പ | = | Npa |
| ങ് | + | ക | — | ങ്ക | = | Nka |
| ഹ് | + | മ | — | ഹ്മ | = | Hma |
| ക് | + | ത | — | ക്ത | = | Kta |
| ല് | + | പ | — | ല്പ | = | Lpa |
| ഹ് | + | ന | — | ഹ്ന | = | Hna |
| ന് | + | ഥ | — | ന്ഥ | = | Ntha |
| ന് | + | ധ | — | ന്ധ | = | Nthah |
| ജ് | + | ഞ | — | ജ്ഞ | = | Jna |
| ഞ് | + | ജ | — | ഞ്ജ | = | Nja |
| ക് | + | യ | — | ക്യ | = | Kia |
| ന് | + | ദ | — | ന്ദ | = | Nda |
| സ് | + | വ | — | സ്വ | = | Sua |
| ത് | + | ന | — | ത്ന | = | Tna |
| ദ് | + | ധ | — | ദ്ധ | = | Dhha |
| സ് | + | സ | — | സ്സ | = | Ssa |
| ള് | + | ള | — | ള്ള | = | Lla |

| | | | | | | |
|---|---|---|---|---|---|---|
| ശ് | + | ശ | — | ശ്ശ | = | Ṡṡa |
| ഞ് | + | ച | — | ഞ്ച | = | Nja |
| ക് | + | ര | — | ക്ര, ക്ര | = | Kra |
| പ് | + | ര | — | പ്ര, പ്ര | = | Pra |
| പ് | + | ര് | — | പൃ, പൃ | = | Pre |
| ഗ് | + | ധ | — | ഗ്ധ | = | Gdha |
| ബ് | + | ധ | — | ബ്ധ | = | Bdha |
| ര് | + | ഊ | — | രൂ, രൂ | = | Ṙū |
| ത് | + | മ | — | ത്മ | = | Tma |
| ഷ് | + | ട | — | ഷ്ട | = | Shta |
| മ് | + | ര | — | മ്ര, മ്ര | = | Mra |
| ത് | + | സ | — | ത്സ | = | Lsa |
| ഘ് | + | ന | — | ഘ്ന | = | Ghna |
| ഗ് | + | ന | — | ഗ്ന | = | Gna |

## Conjunct Consonants

The most difficult task in learning Malayalam is faced when you write the conjunct consonants. Combination of a number of consonants is represented in script by certain principles in writing, which can be learnt by slow degrees only, and that by familiarising yourself with such conjunct letter. An exhaustive list of conjunct letters is out of place; only a few models are given below:-

ക്+ക=ക്ക
k+ka=kka
ച്+ച=ച്ച
c+ca=cca
ട്+ട=ട്ട
ṭ+ṭa=ṭṭa
ത്+ത=ത്ത
t+ta=tta
പ്+പ=പ്പ
p+pa=ppa

യ്+യ=യ്യ
y+ya=yya
ര+യ=ര്യ or ര്യ
r+ya=rya
ല്+ല=ല്ല
l+la=lla
വ+വ=വ്വ
v+va=vva
ശ്+ശ=ശ്ശ
ś+śa=śśa
ഷ്+ഷ=ഷ്ഷ
ṣ+ṣa=ṣṣa
സ്+സ=സ്സ
s+sa=ssa

ക്+യ=ക്യ
k+ya=kya. For all letters finally joint with യ ya, ്യ sign would do.

e. g. ച്യ cya, ഗ്യ gya, ങ്യ ṅya, പ്യ pya, യ്യ yya, സ്യ sya, ഹ്യ hya.

For all letters finally joint with വ va, ്വ sign is to be given.

ക്+വ=ക്വ
k+va=kva.

ഛ cva, ഗ്വ gva, ഹ്വ hva.

ർ or ര + ക } ർക or ർക rka—Same principle when a letter
ർ or ര് + ക } begins with ഠ or ര ṛ or ർ r.

e. g. ർപ്പ rppa ർഗ്ഗ rgga ർസ rsa. When ഠ ṛa or ര ra comes last the sign is ്ര like പ്ര pra, വ്ര vra, ക്ര kra.

ശ് + ച = ശ്ച śca.

ല് + ക } ല്ക or ൽക lka or tka. The same method
ത് or ൽ + ക } is to be followed when ല് l or ത് t is followed by any letter.

ൻ or ന് + ക = ങ്ക ṅka = ṅka.

| | |
|---|---|
| ന് + ച = ഞ്ച ñca | ന or ൻ + റ = ന്റ nṛa |
| ന് + ട = ണ്ട ṇta | ണ് + ഡ = ണ്ഡ ṇḍa |
| ന് + ത = ന്ത nta | ന് + ന = ന്ന nna |
| ന് + പ = മ്പ mpa | |
| ന + ഥ = ന്ഥ ntha | |
| ന് + ദ = ന്ദ nda | |
| ന് + ധ = ന്ധ ndha | ണ് + ണ = ണ്ണ ṇṇa |

*Note*: In the above examples ന്, n, stands for any nasal. Therefore the group of the nasal is to be determined by the letter with which it is joined.

ഹ്മ, ഹ്ന are two peculiar combinations in Malayalam. They are apparently the combination of ഹ് + മ, hma and ഹ്ന hna, but their pronunciation is peculiar. They should be pronounced as mha and nha respectively.

ബ്രഹ്മാവ് brahmāvu—to be pronounced as bramhāvu.

വഹ്നി vahni to be pronounced as vanhi.

# LESSON 4

# Word Building

## ചെറിയ വാക്കുകൾ

### Cheriya Vākukai

| | | | | |
|---|---|---|---|---|
| ഒരു | - | Oṙu | = | A, An |
| ഉം | - | Um | = | and, as well as, will, would |
| നേരെ | - | Nēṙe | = | At |
| ആകുന്നു | - | Ākunnu | = | Am, Is, Are |
| മേലോട്ട് | - | Mēlōttu | = | Up, Upwards |
| കീഴോട്ട് | - | Kīzhōttu | = | Down, Downwards |
| ഞങ്ങളെ | - | Njangaḷe | = | Us |
| ഉടെ-ൻെറ | - | Ude-Nte | = | Of |
| അകത്ത്-ഇൽ- | | Akattu-il | = | In |
| അല്ലെങ്കിൽ | - | Allenkil | = | Or, If not |
| മീതെ-മേൽ | - | Mīthe-Mēl | = | On, above |
| കു-നു-വാൻ | - | Ku-Nu-Vān | = | To |
| അരികെ-ആൽ- | | Aṙike-Āl | = | By |
| കൂടെ-കൊണ്ട്- | | Kūde-Koṅdu | = | With |

| | | | | |
|---|---|---|---|---|
| പോലെ | - | Pōle | = | As, Like |
| പോകുക | - | Pōkuka | = | Go |
| വരിക | - | Varika | = | Come |
| ഓടുക | - | Ōduka | = | Run |
| അതു് | - | Atu | = | It, That |
| ഞാൻ | - | Njān | = | I |
| ഞങ്ങൾ | - | Njangal | = | We |
| അവൻ | - | Avan | = | He |
| അവൾ | - | Aval | = | She |
| എന്നെ | - | Enne | = | Me |
| എന്റെ | - | Ente | = | My |
| നീ-നിങ്ങൾ | - | Nī-Nigal | = | You |
| അവന്റെ | - | Avante | = | His |
| അവളുടെ | - | Avalude | = | Her |
| അതിന്റെ | - | Atinte | = | Its |
| അങ്ങു്-അവിടുന്നു് | - | Angu·<br>Avidunnu | = | Thou |
| ആ | - | Ā | = | The |

| | | | |
|---|---|---|---|
| വേണ്ടി, ആയി കൊണ്ടു് | – Vendi, Āyikondu | = | For |
| അതെ, ഉണ്ടു് | – Ate, Undu | = | Yes |
| എങ്ങനെ | – Engane | = | How |
| ഉണ്ടു് | – Undu | = | Is, Are, Am Has, Have |
| കഴിയും | – Kazhiyum | = | Can |
| കഴിഞ്ഞു | – Kazhinju | = | Could |
| കഴിയുകയില്ല | – Kazhiyukayilla | = | Cannot |
| അനുവദിക്കുക, ആവാം | – Anuvadikuka, Āvām | = | May |
| എങ്കിൽ | – Enkil | = | If |
| ചെയ്യുക | – Cheyyuka | = | Do |
| ഇരിക്കുക | – Irikuka | = | Sit |
| നില്ക്കുക | – Nilkuka | = | Stand |
| നിന്നു | – Ninnu | = | Stood |
| എലി, മൂഷികൻ | – Eli-Mūshikan | = | Rat |
| പൂച്ച, മാർജ്ജാരൻ | – Pūcha-Mrjāaran | = | Cat |

| | | | | |
|---|---|---|---|---|
| കാള | - | Kāla | = | Ox |
| പശു-ഗോവ് | - | Paśu-Gōvu | | |
| ധേനു | - | Dhėnu | = | Cow |
| ഇല്ല | - | Illa | = | No |
| ഇല്ല-അല്ല | - | Illa-Alla | = | Not |
| പുറത്ത് | - | Purattu | = | Out |
| ലേയ്ക്കു് | - | Lēyku | = | Into, To |
| വരെ | - | Vaṙe | = | Till, Up to |
| ആ, അതു് | - | Ā-Atu | = | That |
| ഈ, ഇതു് | - | Ī-Itu | = | This |
| ദൂരെ, അകലം | - | Dhūṙe-Akalam | = | Far |
| തീ, അഗ്നി | - | Tī-Agni | = | Fire |
| മനുഷ്യൻ, നരൻ | - | Manushian-Naṙan | = | Man |
| കണ്ണു്, നേത്രം, നയനം | - | Kaṅnu-Nēthram-Nayanam | = | Eye |

# LESSON 5

## Numbers

## വചനങ്ങൾ

## Vachangaḷ

There are two kinds of numbers in Malayalam as in English and they are ഏകവചനം (Ēkavachanam) (Singular number) and ബഹുവചനം (Bahuvachanam) (Plural Number) Some examples are given below

| ഏകവചനം<br>(Ekavachanam) Singular | ബഹുവചനം<br>(Bahuvachanam) Plural |
|---|---|
| മനുഷ്യൻ - Manushian = Man | മനുഷ്യർ - Manushiar = Men |
| കുട്ടി - Kutti = Child | കുട്ടികൾ - Kuttikaḷ = Children |
| ഇല - Ila = Leaf | ഇലകൾ - Ilakaḷ = Leaves |
| കാലടി - Kāladi = Foot | കാലടികൾ - Kāladikal = Feet |
| ആന - Āna = Elephant | ആനകൾ - Ānakaḷ = Elephants |
| പശുക്കുട്ടി - Paśukutti = Calf | പശുക്കുട്ടികൾ - Paśukutti kaḷ = Calves |
| കണ്ണാടി - Kaṅṅādi = Mirror | കണ്ണാടികൾ - Kaṅṅādikaḷ = Mirrors |
| കൈ - Kai = Hand | കൈകൾ - Kaikaḷ = Hands |

| | |
|---|---|
| മാസം – Māsam = Month | മാസങ്ങൾ – Māsangaḷ = Months |
| മൃഗം – Mregam = Beast | മൃഗങ്ങൾ – Mregangaḷ = Beasts |
| നായകൻ – Nāyakan = Leader | നായകന്മാർ – Nāyakan-mār = Leaders |
| കുരങ്ങൻ - Kurangan Monkey | കുരങ്ങന്മാർ – Kurangan-mār = Monkeys |

From the above examples it is plain that plurals are formed in Malayalam by adding 'ർ' (ir) 'കൾ' (Kaḷ) or 'മാർ' (Mar) to the singular.

# LESSON 6

## NOUNS

### നാമങ്ങൾ— Nāmangaḷ

**Geographical**

**ഭൂമിശാസ്ത്രപരം Bhūmiśāstraparam**

ഭൂമി (ധരാ-അവനി) – Bhūmi (Darā-Avani) = Earth

സൂര്യൻ (അർക്കൻ-രവി) – Sūrian (Arkan-Ṙavi) = Sun

ചന്ദ്രൻ (ശശി-തിങ്കൾ)- Chandran (Śsi-Tinkaḷ) = Moon

നക്ഷത്രം (ഉഡു-താരം) – Nakshatram (Udhu-Tāram) = Star

ആകാശം (വാനം-ഗഗനം) – Ākāśam (Vānam-Gaganam) = Sky

കാററ് (മാരുതൻ-പവനൻ) – Kāttu (Mārutan-Pavanan = Wind

മേഘം (ഘനം-കൊണ്ടൽ) – Mēgham (Ghanam-Kondal = Cloud

മഴ (മാരി) – Mazha (Māri) = Rain

സമുദ്രം (സാഗരം-സിന്ധു) – Samudram (Sāgaram-Sindhu) = Ocean

| | | |
|---|---|---|
| മല (പർവ്വതം-അദ്രി) | - Mala (Parvatam-Adri) | = Mountain |
| വൻകര | - Vankara | = Continent |
| നൌകാശയം | - Noukāsayam | = Harbour |
| മുനമ്പ് | - Munambu | = Cape |
| പട്ടണം | - Pattaṅam | = Town |
| ഗ്രാമം | - Grāmam | = Village |
| ധ്രുവം | - Druvam | = Pole |
| വടക്ക് (ഉത്തരം) | - Vadakku Uttaram | = North |
| തെക്ക് (ദക്ഷിണം) | - Tekku Dakshiṅam | = South |
| കിഴക്ക് (പൂർവ്വം) | - Kizhakku Pūrvam | = East |
| പടിഞ്ഞാറ് (പശ്ചിമം) | - Padinjāru Paschimam | = West |
| കൊടുമുടി | - Kodumudi | = Peak |
| പുഴ | - Puzha | = River |
| കുന്ന് | - Kunnu | = Hill |
| അമാവാസി | - Amāvāsi | = New moon |
| പൌർണ്ണമി | - Pourṅami | = Full moon |

| | | | |
|---|---|---|---|
| ദിനചലനം | - Dinachalanam | = | Rotation |
| വാഷികചലനം | - Vārshikachalanam | = | Revolution |
| അക്ഷരേഖ | - Aksharēkha | = | Latitude |
| ധ്രുവരേഖ | - Druvarēkha | = | Longitude |
| ശുക്രൻ | - Śukran | = | Venus |
| ചൊവ്വ | - Chovva | = | Mars |

## VEGETABLES
## പച്ചക്കറികൾ
Paccakkarikaḷ

| | |
|---|---|
| വെ ണ്ട യ്ക്ക<br>Ve ṇta ykka | Lady's Finger |
| വ ഴ ത ന ങ്ങ<br>Va ḷu ta na ṅṅa | Brinjal |
| തേ ങ്ങ<br>Tē ṅṅa | Coconut |
| മാ ങ്ങ<br>Mā ṅṅa | Mango |
| ച ക്ക<br>Ca kka | Jackfruit |
| ഉ ള്ളി<br>U ḷḷi | Onion |
| പ ട വ ല ങ്ങ<br>Pa ṭa va la ṅṅa | Snake Gourd |
| കു മ്പ ള ങ്ങ<br>Ku mpa ḷa ṅṅa | Melon |
| മ ത്ത ങ്ങ | |

## EDIBLES

**ഭക്ഷ്യങ്ങൾ**

**Bhakşhyaṅṅaḷ**

| | | | |
|---|---|---|---|
| പാ ലു്<br>Pā lu° | Milk | എ ണ്ണ<br>E ṇṇa | Oil |
| തൈ രു്<br>Tai ru° | Curd | അ രി<br>A ri | Rice |
| മോ രു്<br>Mō ru° | Buttermilk | ചോ റു്<br>Cō ṟu° | Cooked rice |
| വെ ണ്ണ<br>Ve ṇṇa | Butter | പ രി പ്പു്<br>Pa ri ppu° | Dhaal |

## Numbers

എണ്ണങ്ങൾ — Eṅṅangaḷ

ഒന്നു് (ഏകം) - Onnu (Ēkam) = One

രണ്ടു് (ദ്വയം) - Ṙandu (Dwayam) = Two

മൂന്നു് (ത്രയം) - Mūnnu (Trayam) = Three

നാലു് – Nālu = Four

അഞ്ചു് (പഞ്ചം) - Anju (Pancham) = Five

ആറു് (ഷഡ്) - Āru (Shadh) = Six

ഏഴു് (സപ്തം) - Ēzhu (Saptam) = Seven

എട്ടു് (അഷ്ടം) - Ettu (Ashttam) = Eight

ഒമ്പതു് (നവം) - Ombatu (Navam) = Nine

| | | | |
|---|---|---|---|
| പത്തു് (ദശം) | - Pathu (Daśam) | = | Ten |
| പതിനൊന്നു് | - Patinonnu | = | Eleven |
| പന്ത്രണ്ടു് | - Pantraṅdu | = | Twelve |
| ഇരുപതു് | - Irupatu | = | Twenty |
| മുപ്പതു് | - Muppatu | = | Thirty |
| നാല്പതു് | - Nālpatu | = | Forty |
| അമ്പതു് | - Ampatu | = | Fifty |
| അറുപതു് | - Arupatu | = | Sixty |
| എഴുപതു് | - Ezhupatu | = | Seventy |
| എണ്പതു് | - Eṅpatu | = | Eighty |
| തൊണ്ണൂറു് | - Toṅṅūru | = | Ninety |
| നൂറു് (ശതം) | - Nūru (Śatam) | = | Hundred |
| ആയിരം (സഹസ്രം) | - Āyiram (Sahasram) | - | Thousand |
| പതിനായിരം (അയുതം) | - Patināyiram (Ayutam) | = | Ten Thousand |
| ലക്ഷം | - Laksham | = | Lakh (Hundred Thousand) |
| പത്തുലക്ഷം | - Pathu Laksham | - | Million (Ten Lakhs) |
| കോടി | - Kōdi (Crore) | = | Ten Millions |

**Days**

| ദിവസങ്ങൾ | Divasaṅgaḷ | | |
|---|---|---|---|
| തിങ്കൾ | Tinkaḷ | = | Monday |
| ചൊവ്വ | Chovva | = | Tuesday |
| ബുധൻ | Bhudan | = | Wednesday |
| വ്യാഴം | Vīazham | = | Thursday |
| വെള്ളി | Veḷḷi | = | Friday |
| ശനി | Śani | = | Saturday |
| ഞായർ | Njāyar | = | Sunday |
| ഇന്നു് | Innu | = | To-day |
| നാളെ | Nāḷe | = | To-morrow |
| ഇന്നലെ | Innale | = | Yesterday |
| ആഴ്ച | Āzhcha | = | Week |
| മാസം | Māsam | = | Month |
| കൊല്ലം (വർഷം) | Kollam (Varsham) | = | Year |

# MONTHS

## മാസങ്ങൾ Māsaṅṅaḷ

| | |
|---|---|
| ചി ങ്ങം<br>Ci ṅṅam | August—September |
| ക ന്നി<br>Ka nni | September—October |
| തു ലാം<br>Tu lām | October—November |
| വൃ ശ്ചി കം<br>Vṛ sci kam | November—December |
| ധ നു<br>Dha nu | December—January |
| മ ക രം<br>Ma ka ram | January—February |
| കും ഭം<br>Kum bham | February—March |
| മീ നം<br>Mī nam | March—April |
| മേ ടം<br>Mē ṭam | April—May |
| ഇ ട വം<br>I ṭa vam | May—June |
| മി ഥു നം<br>Mi thu nam | June—July |
| ക ർക്ക ട കം<br>Ka rkka ṭa kam | July- August |

## PLACES

## സ്ഥലങ്ങൾ

Sthalaṅṅaḷ

| | |
|---|---|
| സ്ഥ ലം<br>Stha lam | Place |
| ഗ്രാ മം<br>Grā mam | Village |
| താ ലൂ ക്ക്<br>Tā lū kkuᵘ | Taluk |
| സം സ്ഥാ നം<br>Sam sthā nam | State |
| പ ട്ട ണം<br>Pa ṭṭā ṇam | Town |
| ദേ ശം<br>Dē śam | Country |
| ലോ കം<br>Lō kam | World |
| വ ഴി<br>Va ḻi | Way, path |
| തെ രു വ്<br>Te ru vuᵘ | Street |
| പു ഴ<br>Pu ḻa | River |
| ക ടൽ<br>Ka ṭal | Sea |
| കാ ട്<br>Kā ṭu | Forest |

# TIME

## കാലം

Kālam

| | |
|---|---|
| മ ധ്യാ ഹ്നം<br>Ma dhyā nham | |
| ഉ ച്ച<br>U cca | Noon |
| പാ തി രാ<br>Pā ti rā | Midnight |
| അ ർധ രാ ത്രി<br>A rdha rā tri | |
| പു ല രി<br>Pu la ri | Morning |
| മ ണി ക്കൂ ർ<br>Ma ni kkū r | Hour |
| സൂ ര്യ ൻ<br>Sū rya n | Sun |
| ച ന്ദ്ര ൻ<br>Ca ndra n | Moon |
| ന ക്ഷ ത്രം<br>Na kṣha tram | Star |
| പ ക ല്<br>Pa ka lŭ | Day |
| രാ ത്രി<br>Rā tri | Night |
| സ ന്ധ്യ<br>Sa ndhya | Dusk |

## WEEK DAYS

### ആഴ്ചകൾ

Ālcakaḷ

| | |
|---|---|
| ഞാ യ ർ<br>Ñâ yar | Sunday |
| തി ങ്കൾ<br>Ti ṅkaḷ | Monday |
| ചൊ വ്വ<br>Co vva | Tuesday |
| ബു ധ ൻ<br>Bu dha n | Wednesday |
| വ്യാ ഴം<br>Vyā ḷam | Thursday |
| വെ ള്ളി<br>Ve ḷḷi | Friday |
| ശ നി<br>Sa ni | Saturday |
| വാ രം<br>Vā ra m | Week |
| തി ഥി<br>Ti thi | Fortnight |

## PARTS OF THE BODY

### അവയവങ്ങൾ

Avayavaṅṅal

| | | | |
|---|---|---|---|
| തലമുടി | Talamudi | = | Hair |
| തല (ശിരസ്സ്) | Tala (Śirasu) | = | Head |
| തലയോട്ട് | Talayōtu | = | Skull |
| നെററി | Netti | = | Fore head |
| പുരികം | Purikam | = | Brow |
| മൂക്ക് (നാസിക) | Mūkku (Nāsika) | = | Nose |
| ചെവി (കർണ്ണം) | Chevi (Karṅṅam) | = | Ear |
| അധരം | Adharam | = | Lip |
| നാക്ക് (രസന) | Nāku (Rasana) | = | Tongue |
| പല്ല് (ദന്തം) | Pallu (Dhantham) | = | Tooth |
| താടി | Tādi | = | Chin |
| തൊണ്ട | Toṅda | = | Throat |
| കവിൾ | Kavil | = | Cheek |
| കഴുത്ത് (കണ്ഠം) | Kazhuthu(Kaṅdham) | = | Neck |
| ചുമൽ | Chumal | = | Shoulder |
| ഭുജം | Bujam | = | Arm |

| | | | |
|---|---|---|---|
| കൈ (കരം) | Kai (Kar̊am) | = | Hand |
| കൈമുട്ട് | Kaimuttu | = | Elbow |
| ഉള്ളങ്കൈ | Ul̇l̇ankai | = | Palm |
| കൈവിരൽ | Kaivir̊al | = | Finger |
| നഖം | Nakham | = | Nail |
| നെഞ്ച് | Nenju | = | Chest |
| വാരിയെല്ല് | Vāriyellu | = | Rib |
| വയറ് | Vayaru | = | Belly |
| തുട | Tuda | = | Thigh |
| കാൽമുട്ട് | Kālmuttu | = | Knee |
| കാൽ (പാദം) | Kāl (Pādham) | = | Leg |
| കണങ്കാൽ | Kaṅankāl | = | Ankle |
| കാൽവിരൽ | Kālviral | = | Toe |
| ത്വക്ക് | Tuaku | = | Skin |
| എല്ല് | Ellu | = | Bone |
| രക്തം | Ṙaktam | = | Blood |
| ഞരമ്പ് | Njaṙambu | = | Vein |
| ഹൃദയം | Hridayam | = | Heart |
| ശ്വാസകോശം | Śwāsakōśam | = | Lung |
| കരൾ | Kaṙaḷ | = | Liver |

## Relation

### ബന്ധം—Bandham

| | | |
|---|---|---|
| അച്ഛൻ (താതൻ-ജനകൻ) | - Achan (Tatan-Janakan) | = Father |
| അമ്മ (തായ-ജനനി) | - Amma (Taya-Janani) | = Mother |
| മകൻ (തനയൻ-സുതൻ) | - Makan (Tanayan-Sutan) | = Son |
| മകൾ (പുത്രി-തനയ) | - Makaḷ (Putri-Tanaya) | = Daughter |
| ഭർത്താവ് (പതി-കാന്തൻ) | - Bharthāvu (Pati-Kānthan) | = Husband |
| ഭാര്യ പത്നി-കാന്ത) | - Bhāria (Patni-Kāntha) | = Wife |
| ശിശു | - Śiśu | = Baby |
| സഹോദരി | - Sahōdhari | = Sister |
| സഹോദരൻ | - Sahōdharaṅ | = Brother |
| കുട്ടി | - Kutti | = Child |
| ആൺകുട്ടി | - Āṅkutti | = Boy |
| പെൺകുട്ടി | - Peṅkutti | = Girl |

മരുമകൻ – Marumakan = Son-in-law

മരുമകാ – Marumakai = Daughter-in-law

ചിററമ്മ - Chittamma = Step mother

ചിററപ്പൻ – Chittappan = Step father

അപ്പൂപ്പൻ - Appūppan
(പിതാമഹൻ) (Pithāmahan) = Grand father

അമ്മൂമ്മ - Ammūmma
(മാതാമഹി) (Māthāmahi) = Grand mother

പൌത്രൻ – Poutran = Grand son

പൌത്രി – Poutri = Grand daughter

അച്ഛനമ്മമാർ – Achanammamar = Parents

**Animals**

**മൃഗങ്ങൾ Mrigangai**

കാട്ടുമൃഗങ്ങാ Kāttumrigangai = Wild animals

സിംഹം Simham = Lion

ആന (കരി) Āna (Kari) = Elephant

നരി (വ്യാഘ്രം) Nari (Viāgram) = Tiger

കരടി Karadi = Beer

| | | | |
|---|---|---|---|
| കുരങ്ങ് (കപി) | Kurangu (Kapi) | = | Monkey |
| മാൻ (ഏണം) | Mān (Ēṅam) | = | Deer |
| കുറുക്കൻ | Kurukkan | = | Fox |
| ചെന്നായ(വൃകം | Chennāya(Vrikam) | = | Wolf |
| അണ്ണാൻ | Aṇṇān | = | Squirrel |
| വീട്ടുമൃഗങ്ങൾ | Vīttumrigangaḷ | = | Domestic animals |
| പശു | Paśu | = | Cow |
| കുതിര | Kuthira | = | Horse |
| കാള | Kāla | = | Ox |
| പരുന്ത് | Paruntu | = | Kite |
| വാനമ്പാടി | Vānampādi | = | Nightingale |
| മൂങ്ങ | Mūnga | = | Owl |
| തത്ത (ശുകം) | Tatta (Śukam) | = | Parrot |
| മയിൽ (കേകി) | Mayil (Kēki) | = | Peacock |
| പ്രാവ് | Prāvu | = | Dove |
| കഴുകൻ | Kazhukan | = | Eagle |

| | | | |
|---|---|---|---|
| പോത്ത് | Pōttu | = | Buffaloe |
| കോലാട് | Kōḷādu | = | Goat |
| ചെമ്മരിയാട് | Chemmariyādu | = | Sheep |
| നായ (ശ്വാവ്) | Nāya (Śuāvu) | = | Dog |
| പട്ടി | Patti | = | Bitch |
| പൂച്ച | Pūcha | = | Cat |
| പന്നി | Panni | = | Pig |
| ചുണ്ടെലി | Chundeli | = | Mouse |
| മുതല | Mutala | = | Crocodile |
| കീരി (നകുലം) | Kīri (Nakulam) | = | Mongoose |
| പക്ഷികൾ | Pakshikaḷ | = | Birds |
| പൂവൻകോഴി | Pūvankōzhi | = | Cock |
| പിടക്കോഴി | Pidakkōzhi | = | Hen |
| താറാവ് | Tārāvu | = | Duck |
| വാത്ത് | Vattu | = | Goose |
| കൊക്ക് | Kokku | = | Grane |
| കാക്ക (വായസം) | Kākka (Vāyasam) | = | Crow |

**House**

**വീട്** **Vīdu**

| | | |
|---|---|---|
| കസാല | (Kasāla) | = Chair |
| കട്ടിൽ | (Kattil) | = Cot |
| കിടയ്ക്ക | (Kidayka) | = Bed |
| പായ | (Pāya) | = Mat |
| തലയിണ | (Talayiṅa) | = Pillow |
| പെട്ടി | (Petti) | = Box |
| ഭരണി | (Bharaṅi) | = Jar |
| കുപ്പി | (Kuppi) | = Bottle |
| ചട്ടി | (Chatti) | = Pan |
| അടുപ്പ് | (Aduppu) | = Hearth |
| താക്കോൽ | Tākōl | = Key |
| പൂട്ട് | Pūttu | = Lock |
| കുളം (വാപി) | Kuḷam (Vāpi) | = Tank |
| കിണർ (കൂപം) | Kiṅar (Kūpam) | = Well |
| വിശറി | Viśari | = Fan |
| കയർ | Kayar | = Rope |

| | | |
|---|---|---|
| തളിക | (Tal̇ika) | = Plate |
| ഭവനം (വസതി ആലയം) | Bhavanam (Vasati· Ālayam) | = Home |
| കെട്ടിടം | Kettiḍam | = Building |
| പടി | Padi | = Gate |
| ഉമ്മറം | Ummaram | = Verandah |
| ചുമർ | Chumar | = Wall |
| വാതിൽ (കതക്) | Vātil (Kataku) | = Door |
| ജനൽ | Janal | = Window |
| മേൽപ്പുര | Mēlppuṙa | = Roof |
| നിലം | Nilam | = Floor |
| തട്ട് | Tattu | = Ceiling |
| അടുക്കള | Adukal̇a | = Kitchen |
| പത്തായം | Pathāyam | = Granary |
| മുറി | (Muri) | = Room |
| മുററം | (Muttam) | = Yard |
| ഉരൽ | (Uṙal) | = Mortar |
| ഉലക്ക | (Ulayka) | = Pestle |
| കോടാലി | (Kōdāli) | = Axe |

| | | | |
|---|---|---|---|
| തീ (അഗ്നി-വഹ്നി) | Tī (Agni-Vahni) | = | Fire |
| വെള്ളം (ജലം തോയം) | Veḷḷam (Jelam-Tōyam | = | Water |
| വേവിക്കുക | Vėvikuka | = | Cook |
| വറുക്കുക | Varukuka | = | Fry |
| ചുടുക | Chuduka | = | Roast |
| കത്തി | Kathi | = | Knife |
| സ്രാവ് | Srāvu | = | Shark |
| ചാള | Chāḷa | = | Sardine |
| തുണി | Tuṅi | = | Cloth |
| ശീലക്കുട | Ṡīlakkuda | = | Umbrella |
| ഉത്തരീയം | Uttaṙīyam | = | Shawl |
| മാങ്ങ | Māṅga | = | Mango |
| വെണ്ടയ്ക്ക | Veṅdeyka | = | Lady's finger |
| വഴുതിനങ്ങ | Vazhutinanga | = | Brinjal |
| മുരിങ്ങക്കായ | Muṙingakkāya | = | Drum stick |
| ഉരുളക്കിഴങ്ങ് | Uṙuḷakkizhangu | = | Potato |
| നേന്ത്രക്കായ | Nēnthrakāya | = | Banana |
| പരിപ്പ് | Paṙippu | = | Dhal |
| മുതിര | Ṁutiṙa | = | Horse gram |

| | | | |
|---|---|---|---|
| ഉപ്പ് | Uppu | = | Salt |
| മണി | Maṅi | = | Clock |
| കുരുമുളക് | Kuṙumul̇aku | = | Pepper |
| പുളി | Pul̇i | = | Tamarind |
| വെള്ളുള്ളി | Vel̈lul̈li | = | Garlic |
| ചുവന്നുള്ളി | Chuvannl̈li | = | Onion |
| മഞ്ഞൾ | Manjaḷ | = | Turmeric |
| കടുക് | Kaduku | = | Mustard |
| മല്ലി | Malli | = | Coriader |
| ജീരകം | Jīrakam | = | Cuminseed |
| പാൽ | Pāl | = | Milk |
| തൈരു് | Taiṙu | = | Curd |
| വെണ്ണ | Veṅṅa | = | Butter |
| ചെറുനാരങ്ങ | Cherunāranga | = | Lemon |
| മാംസം | Māmsam | = | Flesh |
| മധുരനാരങ്ങ | Maduṙanāranga | = | Orange |
| മത്സ്യം | Malsiam | = | Fish |

## Commercial

## വാണിജ്യപരം Vānijaparam

| | | | |
|---|---|---|---|
| വില്പന | Vilpana | = | Sale |
| വാങ്ങുക | Vānguka | = | Buy |
| വില്ക്കുക | Vilkuka | = | Sell |
| കച്ചവടം | Kachavadam | = | Trade |
| ലാഭം | Lābham | = | Gain |
| നഷ്ടം | Nashtam | = | Loss |
| പലിശ | Paliśa | = | Interest |
| കയററുമതി | Kayattumati | = | Export |
| ഇറക്കുമതി | Irakkumati | = | Import |
| ചന്ത | Chantha | = | Market |
| നിരക്ക് | Nirakku | = | Rate |
| തരകുകാരൻ | Tarakukāran | = | Broker |
| ജാമ്യം | Jyāmiam | = | Bale |
| റൊക്കം | Rọkkam | = | Cash |
| കടം | Kadam | = | Credit |
| നികുതി | Nikuti | = | Tax |
| ആദായം | Ādāyam | = | Income |

| | | | |
|---|---|---|---|
| മൊത്താദായം | Mothādāyam | = | Gross Income |
| അററാദായം | Atādāyam | = | Net Income |
| പണം | Paṅam | = | Money |
| മൂലധനം | Mūladhanam | = | Capital |
| ആദായനികുതി | Ādāyanikuti | = | Income tax |

**Educational**

**വിദ്യാഭ്യാസപരം Vidhiābhyāsapaṙam**

| | | | |
|---|---|---|---|
| വായന | Vāyana | = | Reading |
| എഴുത്ത് | Ezhuttu | = | Writing |
| പഠിപ്പ് | Padhippu | = | Learning |
| അദ്ധ്യയനം | Adhiayanam | = | Teaching |
| വിദ്യാർത്ഥി | Vidhiārthi | = | Student |
| ഗുരുനാഥൻ | Guṙunāthan | = | Teacher |
| ചരിത്രം | Chaṙitram | = | History |
| ഭൂമിശാസ്ത്രം | Bhūmiśāstram | = | Geography |
| രസതന്ത്രം | Ṙasatantram | = | Chemistry |
| പൌരധർമ്മം | Pouṙadharmam | = | Civics |
| കേട്ടെഴുത്ത് | Kéttezhuthu | = | Dictation |

| | | | |
|---|---|---|---|
| ഗദ്യം | Gadhiam | = | Prose |
| പദ്യം | Padhiam | = | Poetry |
| വ്യാകരണം | Vyākaṙaṅam | = | Grammar |
| തര്‍ജ്ജമ | Tharjama | = | Translation |
| ഉപന്യാസം | Upaniāsam | = | Composition |
| സംഗ്രഹം | Samgraham | = | Epitomy |
| കളി | Kal̇i | = | Game |
| ചിത്രംവര | Chitramvaṙa | = | Drawing |
| ഭൂപടം | Bhūpadam | = | Map |
| ബീജഗണിതം | Bhīja gaṅitam | = | Algebra |
| ക്ഷേത്രഗണിതം | Kshėtra gaṅitam | = | Geometry |
| സങ്കലനം | Sankalanam | = | Addition |
| വ്യപകലനം | Viapakalanam | = | Subtraction |
| ഗുണനം | Guṅanam | = | Multiplication |
| ഹരണം | Haraṅam | = | Division |
| വിസ്തീര്‍ണ്ണം | Vistīṙnam | = | Area |

| | | | |
|---|---|---|---|
| പരിധി | Paṙidhi | = | Circumference |
| ചുറ്റളവ് | Chuttaḷavu | = | Perimeter |
| വൃത്തം | Vrittam | = | Circle |
| വ്യാസം | Viāsam | = | Diameter |
| വ്യാസാർദ്ധം | Viāsārdham | = | Radius |
| കേന്ദ്രം | Kēndram | = | Centre |
| ചാപം | Chāpam | = | Chord |
| കോൺ | Kõṅ | = | Angle |
| ത്രികോൺ | Trikōṅ | = | Triangle |
| ലംബം | Lambham | = | Perpendicular |
| സമാന്തരം | Samāndharam | = | Parallel |
| പാദം | Pādham | = | Base |
| അളവ് | Aḷavu | = | Measurement |
| തത്വം | Tatuam | = | Principle |

# PRONOUNS

# സർവ്വനാമങ്ങൾ

Sarvvanāmaṅṅaḷ

---

| | |
|---|---|
| ഞാൻ<br>Ñā n | I |
| ഞ ങ്ങൾ<br>Ña ṅṅal | We |
| നീ<br>Nī | You (Singular) |
| നി ങ്ങൾ<br>Ni ṅṅaḷ | You (Plural) |
| അ വൻ<br>A van | He |
| അ വൾ<br>A vaḷ | She |
| അ വർ<br>A var | They |
| അ തു്<br>A tu$^{u}$ | That |
| ഇ തു്<br>I tu$^{u}$ | This |
| അ വ<br>A va | Those |
| ഇ വ<br>I va | These |

# LESSON 7

## VERBS

## ക്രിയകൾ

Kriyakaḷ

---

| | |
|---|---|
| വാ | |
| Vā | Come |
| പോ | |
| Pō | Go |
| കുടിക്കുക | |
| Ku ṭi kku ka | To drink |
| തിന്നുക | |
| Ti nnu ka | To eat |
| നടക്കുക | |
| Na ṭa kku ka | To walk |
| ഓടുക | |
| Ō ṭu ka | To run |
| ചാടുക | |
| Cā ṭu ka | To jump |
| കളിക്കുക | |
| Ka ḷi kku ka | To play |
| കുളിക്കുക | |
| Ku ḷi kku ka | To bathe |
| കാണുക | |
| Kā ṇu ka | To see |
| നോക്കുക | |
| Nō kku ka | To look |

ക്രിയ(Kriya) Verb shows an action പ്രവൃത്തി (Pravriti)

The three important tenses (കാലങ്ങൾ Kālangal) are വർത്തമാനം (Varthamānam, Present, ഭൂതം Bhūtam Past and ഭാവി (Bhāvi) Future.

Past tense is generally formed by adding 'ഇ' (i) 'ഉ' (u) 'തു' (tu) to the present tense; and future tense by adding 'ഉം' (um) to the present.

## Transitive and Intransitives verbs

(സകർമ്മക ക്രിയകളും അകർമ്മക ക്രിയകളും)

**(Sakarmaka kriyakalum Akarmaka kriyakalum)**

Verbs with objects are സകർമ്മകം (sakarmakam) Transitive and without objects are അകർമ്മകം (Akarmakam) Intransitive.

Ex: കുട്ടി ചിരിക്കുന്നു (Kutti chirikkunnu) The verb ചിരിക്കുന്നു (Chirikkunnu) is അകർമ്മകം (Akarmakam Intransitive, because it has no object കർമ്മം (Karmam രാമൻ മാങ്ങ തിന്നു (Rāman mānga tinnu) Here the verb തിന്നു (Tinnu) has an object കർമ്മം (Karmam) mango, and so it is സകർമ്മകം (Sakarmakam)

Read the following examples for a better conception.

| വർത്തമാനം (Varthamānam) Present | ഭൂതം (Bhūtam) Past | ഭാവി (Bhāvi) Future |
|---|---|---|
| 1. തിന്നുന്നു (Tinnunnu) eats | തിന്നു (Tinnu) ate | തിന്നും (Tinnum) will eat |
| 2. നടക്കുന്നു (Nadakkunnu) walks | നടന്നു (Nadannu) walked | നടക്കും (Nadakkum) will walk |
| 3. ചെയ്യുന്നു (Cheyyunnu) do does | ചെയ്തു (Cheytu) did | ചെയ്യും (Cheyyum) will do |
| 4. കൊയ്യുന്നു (Koyyunnu) reaps | കൊയ്തു (Koytu) reaped | കൊയ്യും (Koyyum) will reap |
| 5. പാടുന്നു (Pādunnu) sings | പാടി (Pādi) sang | പാടും (Pādum) will sing |
| 6. തുടങ്ങുന്നു (Tudangunnu) begins | തുടങ്ങി (Tudangi) began | തുടങ്ങും (Tudangum) will begin |

## LESSON 8

# Gender

ലിംഗം (Lingham)

There are four kinds of genders in Malayalam and they are 1 പുല്ലിംഗം (Pullingham) Masculine gender, 2 സ്ത്രീലിംഗം (Strīlingham) Feminine gender 3 സാമാന്യലിംഗം (Sāmānialingham) Common gender and 4 നപുംസകലിംഗം (Napumsakalingham) Neuter gender.

| പുല്ലിംഗം (Pullingham) Masculine | സ്ത്രീലിംഗം (Strīlingham) Feminine |
|---|---|
| ആൺകുട്ടി (Āṅkutti) = Boy | പെൺകുട്ടി (Peṅkutti) = Girl |
| നായ (Nāya) = Dog | പട്ടി (Patti) = Bitch |
| അച്ഛൻ (Achan) = Father | അമ്മ (Amma) = Mother |
| പൂവൻകോഴി (Pūvan-kōzhi) = Cock | പിടക്കോഴി (Pidakkō-zhi) = Hen |
| മകൻ (Makan) = Son | മകൾ (Makaḷ) = Daughter |
| കാള (Kāla) = Ox | പശു (Pasu) = Cow |
| അമ്മാവൻ (Ammāvan) = Uncle | അമ്മായി (Ammāi) = Aunt |

Pullingham (Masculine gender) and Strī-lingham (Feminine gender) show males and females.

Sāmānia lingham (Common Gender) applies to both males and females alike (e. g.) friend, child, doctor and lifeless things like, pen, table etc. come under Napumsakalingham (Neuter gender)

Generally, Malayalam follows the same rules of Tamil in determining the genders. Sanskrit loan words used in Malayalam also behave like Malayalam Words in the matter of gender. വൃക്ഷഃ vṛkṣah, tree, in Sanskrit is masculine whereas വൃക്ഷം vṛkṣam, tree, as adopted and adopted in Malayalam is a neuter gender like its counter-part in genuine Malayalam മരം maram. Of course the names denoting animate things in Sanskrit are either masculine or feminine as the case may be.

# LESSON 9

# Tenses

## 1. Present tense

വര്‍ത്തമാനം

| | | | |
|---|---|---|---|
| ഓടുക | Ōduka | = | Run |
| നടക്കുക | Nadakkuka | = | Walk |
| ചാടുക | Chāduka | = | Jump |
| കാണുക | Kāṅuka | = | See |
| നോക്കുക | Nōkkuka | = | Look |
| കളിക്കുക | Kal̇ikkuka | = | Play |
| ചോദിക്കുക | Chōthikkuka | = | Ask |
| പറയുക | Parayuka | = | Tell |
| ഉദിക്കുക | Uthikkuka | = | Rise |
| അസ്തമിക്കുക | Asthamikkuka | = | Set |
| ഉറങ്ങുക | Uranguka | = | Sleep |
| പറക്കുക | Parakkuka | = | Fly |

| | | | |
|---|---|---|---|
| ഇളകുക | Iḷakuka | = | Move |
| കേൾക്കുക | Kēḷkkuka | = | Hear |
| ഉണരുക | Uṇaṛuka | = | Wake |
| പിടിക്കുക | Pitikkuka | = | Catch |
| തിരയുക | Tiṛayuka | = | Search |
| കാണിക്കുക | Kāṇikkuka | = | Show |
| കുരയ്ക്കുക | Kuṛaykuka | = | Bark |
| വാങ്ങുക | Vānguka | = | Buy |
| വില്ക്കുക | Vilkuka | = | Sell |
| ചുമക്കുക | Chumakkuka | = | Carry |
| കണ്ടുമുട്ടുക | Kaṇḍumuttuka | = | Meet |
| നീന്തുക | Nīntuka | = | Swim |
| കക്കുക | Kakkuka | = | Steal |
| കവരുക | Kavaṛuka | = | Rob |
| കുഴിക്കുക | Kuzhikkuka | = | Dig |
| വളരുക | Vaḷaṛuka | = | Grow |
| കൊല്ലുക | Kolluka | = | Kill |
| മിനുക്കുക | Minukkuka | = | Polish |

| | | |
|---|---|---|
| ഒളിക്കുക | Olikkuka | = Hide |
| കഴുകുക | Kazhukuka | = Wash |

## 2. Past tense

ഭൂതകാലം

| | | |
|---|---|---|
| തടുത്തു | Taduttu | = Prevented |
| ക്ഷമിച്ചു | Kshamichu | = Forgave |
| ക്ഷണിച്ചു | Kshaṅichu | = Invited |
| അറിഞ്ഞു | Arinju | = Knew |
| മാററി | Mātti | = Changed |
| ആരാധിച്ചു | Ārādhichu | = Worshipped |
| ഭരിച്ചു | Bhaṙichu | = Ruled |
| നടത്തി | Nadatti | = Led |
| മനസ്സിലാക്കി | Manasilākki | = Understood |
| അയച്ചു | Ayachu | = Sent |
| കല്പിച്ചു | Kalpichu | = Ordered |
| കണ്ടു | Kaṅdu | = Found |
| വന്നു | Vannu | = Came |

| | | |
|---|---|---|
| എഴുതി | Ezhuti | = Wrote |
| വീണു | Vīnu | = Fell |
| പോയി | Pōyi | = Went |
| തന്നു | Tannu | = Gave |
| പ്രാർത്ഥിച്ചു | Prārthichu | = Prayed |
| എടുത്തു | Eduttu | = Took |

## 3. Future tense

ഭാവികാലം

| | | |
|---|---|---|
| സ്നേഹിക്കും | Snēhikkum | = Will love |
| കരയും | Kaṙayum | = Will cry |
| കുടിക്കും | Kudikkum | = Will drink |
| സൂക്ഷിക്കും | Sūkshikkum | = Will keep |
| സംസാരിക്കും | Samsārikkum | = Will speak |
| മണക്കും | Maṅakkum | = Will smell |

# LESSON 10

## Adjective

### നാമവിശേഷണങ്ങൾ

Nāmaviśēṣaṇaṅṅaḷ

---

Only a few examples of adjectives are given below. The rules to make adjectives from other words are too elaborate to be detailed here.

വെളുത്ത പശു

veḷutta paśu — White cow

കറുത്ത കോട്ട്

kaṛutta kōṭṭu — Black coat

രണ്ടു രൂപ

raṇṭu rūpa — Two rupees

നൂറു പശുക്കൾ

nūṟu paśukkaḷ — Hundred cows

ചെം താമര

cem tāmara — Red lotus

പൊൻ മോതിരം

pon mōtiram — Gold ring

വലിയ വീട്

valiya vīṭu — Big house

ചീത്ത മനുഷ്യർ

cītta manuṣyar — Bad men

# LESSON 11

# Negatives

# Interrogatory Sentences

നിഷേധവും Nishēdavum

ചോദ്യവും Chōdyavum

In Malayalam 'illa' ഇല്ല or 'alla' അല്ല is used with the verb to form നിഷേധം (Nishēdam) negation and "ഓ" (ോ) is used after the verb to form ചോദ്യം (Chōdhyam) Interrogation.

| വിധി (Vidhi) Affirmation | നിഷേധം (Nishēdham) Negation | ചോദ്യം (Chōdyam) Interrogatfon |
|---|---|---|
| വന്നു (Vannu) = Came | വന്നില്ല (Vannilla) = Didn't come | വന്നുവോ? (Vannu-vō = Did come |
| ഇരിക്കും (Irikkum) = Will sit | ഇരിക്കയില്ല (Irikka-yilla = Won't sit | ഇരിക്കുമോ? (Iri-kkumō) = Will sit? |
| കണ്ടു (Kandu) = Saw | കണ്ടില്ല (Kandilla) = Didn't see | കണ്ടുവോ? (Kandu-vō = Did see? |

| | | |
|---|---|---|
| ചുമക്കുന്നു (Chumakkunnu = Carries | ചുമക്കുന്നില്ല (Chumakkunnilla) = Don't/doesn't carry | ചുമക്കുമോ? (Chumakkumō?) = Will carry? |
| പഠിച്ചു (Padhichu) = Learned | പഠിച്ചില്ല(Padhichilla) = Didn't learn | പഠിച്ചുവോ? (Padhi chuvō?)=Did learn |
| അവനു് ഓടുവാൻ കഴിയും (Avanu ōduvān kazhiyum) = He can run | അവനു ഓടുവാൻ കഴികയില്ല (Avanu ōduvān kazhikayilla) = He cannot run | അവനു ഓടുവാൻ കഴിയുമോ? (Avanu ōdu vān kazhiyumō?) = Can he run? |
| പശു ഒരു വീട്ടുമൃഗമാണു് (Paśu oru vīttumrigamāṇu) = The cow is a domestic animal | പശു ഒരു കാട്ടുമൃഗമല്ല (Paśu oru kāttumrigamalla) = The cow is not a wild animal | പശു ഒരു വീട്ടുമൃഗമാണോ? (Paśu oru vīttumrigamāṇō?) = Is cow a domestic animal? |
| രാമൻ കണക്കു ചെയ്തു (Rāman kaṇakku cheythu) = Rama did the sum | രാമൻ കണക്കു ചെയ്തില്ല(Rāman kaṇakku cheythilla) = Rama did not do the sum | രാമൻ കണക്കു ചെയ്തുവോ? (Rāman kaṇakku cheythuvō?) = Did Rama do the sum? |

Besides the three main tenses treated in lesson 8 there are some other tenses also which are not so common. Therefore examples for all tenses are given below-

1. Present:- ഞാൻ എഴുതുന്നു (Njān ezhutunnu) = I write.

2. Past:- അവൻ എഴുതി (Avan ezhuti) = He wrote

3. Future:- അവൾ എഴുതും (Aval ezhutum) = She will write

4. Present continuous:. അവർ എഴുതുകയാകുന്നു (Avar ezhutukayākunnu) = They are writing

5. Past continuous:- ഞങ്ങൾ എഴുതുകയായിരുന്നു. (Njangal ezhutukayāyirunnu = We were writing

6. Present perfect:- അവർ എഴുതിയിട്ടുണ്ട് (Avar ezhutiyittuṅdu) = They have written

7. Past perfect - ആ കുട്ടി എഴുതിയിട്ടുണ്ടായിരുന്നു. (Ā kutti ezhutiyittuṅdāyirunnu) = That child had written

8. Present perfect continuous:- ഞാൻ എഴുതിക്കൊണ്ടിരിക്കുന്നുണ്ട് (Njān ezhutikkoṅdirikku-nnuṅdu) = I have been writing

9. Past Perfect continuous:- അവർ എഴുതിക്കൊണ്ടിരിക്കുന്നുണ്ടായിരുന്നു (Avar ezhutikkoṅdirikku nnuṅdāyirunnu) = They had been writing

10. Future continuous:- ഞാൻ എഴുതിക്കൊണ്ടിരിക്കും (Njān ezhutikkondirikkum) = I shall be writing

11. Future perfect:- ഞാൻ എഴുതുന്നുണ്ടാകും (Njān ezhutunnundākum) = I shall have written

12. Future perfect continuous:- ഞാൻ എഴുതിക്കൊണ്ടിരിക്കുന്നുണ്ടാകും (Njān ezhutikkondirikkunnundākum) = I shall have been writing.

# LESSON 12

## Pronouns

### സർവ്വനാമങ്ങൾ– Sarvanamangal

സർവ്വനാമങ്ങൾ [Pro-nouns] are words used for നാമങ്ങൾ (nāmangal) [Nouns] They are divided into three persons (പുരുഷന്മാർ purushanmār) and they are 1st person / ഉത്തമപുരുഷൻ (uttama purushan). 2nk person / മദ്ധ്യമപുരുഷൻ (madhiama purushan) and 3rd person / പ്രഥമപുരുഷൻ (Pradha-mapurushan)

1) ഉത്തമപുരുഷസർവനാമങ്ങൾ (Uttamapurusha Sarvanamangal)

**First Person Pronouns**

| | | |
|---|---|---|
| ഞാൻ | Njān | = I |
| എന്നെ | Enne | = Me |
| ഞങ്ങൾ | Njangal | = We |
| ഞങ്ങളെ | Njangale | = Us |
| എന്റെ | Ente | = My |
| ഞങ്ങളുടെ | Njangalude | = Our |

## 2) മദ്ധ്യമപുരുഷസർവ്വനാമങ്ങൾ

### (Madhyama Purusha Sarvanāmangal)
### 2nd Person pronouns

| | | |
|---|---|---|
| നീ | Nī | = You |
| നിങ്ങൾ | Ningal | = You |
| നിൻെറ | Ninte | = Your |
| അങ്ങ് | Angu | = Thou |
| അങ്ങയെ | Angaye | = Thee |
| അങ്ങയുടെ | Angayute | = Thy, Thine |

## 3) പ്രഥമപുരുഷ സർവ്വനാമങ്ങൾ

### (Pradhamapurusha Sarvanamangal)
### 3rd Person pronouns

| | | |
|---|---|---|
| അവൻ | Avan | = He |
| അവനെ | Avane | = Him |
| അവൻെറ | Avante | = His |
| അവൾ | Avaḷ | = She |
| അവളെ | Avaḷe | = Her |
| അവളുടെ | Avalude | = Her |
| അവർ | Avar | = They |

| | | |
|---|---|---|
| അവരെ | Avare | = Them |
| അവരുടെ | Avarude | = Their |
| അതു് | Atu | = It |
| അതിനെ | Atine | = It |
| അതിൻെറ | Atinte | = Its |

ജോണി ജോണിയുടെ പുസ്തകം എടുത്തു് ആ പുസ്തകം മേശയിൽ സൂക്ഷിച്ചു വെച്ചു.

Jōhni Johniyude pustakam eduthu ā pustakam mēśayil sūkshichu vechu-
= Johny took Johny's book and kept the book in the table.

In this sentence the nouns (namangal) 'Johny' and 'book' are repeated more than once which is rather irksome to the ear. So it can be modified thus:

ജോണി അയാളുടെ പുസ്തകം എടുത്തു് അതു് മേശയിൽ സൂക്ഷിച്ചു വെച്ചു.

(Jōhny ayaīude pustakam eduthu atu mesayil sūkshichu vechu)
= Johny took his book and kept it in table.

Besides personal pro-nouns, there are other kinds of pronouns too and the following are some of them.

| | | |
|---|---|---|
| ഇതു | Itu | = This |
| അതു് | Atu | = That |
| ഇവ | Iva | = These |
| അവ | Ava | = Those |
| ആർ | Ār | = Who |
| ആരുടെ | Āruṭe | = Whose |
| ആരെ | Āre | = Whom |
| എല്ലാം | Ellām | = All |
| ഏതെങ്കിലും | Ētenkilum | = Any |
| കുറെ | Kure | = Some |
| ഓരോന്നും | Ōrōṉnum | = Each |
| എന്തു് | Entu | = What |
| ഏതു് | Ēthu | = Which |

# LESSON 13

# Adverb

ക്രിയാ വിശേഷണങ്ങൾ- Kriyā Visēshanangaḷ

**Adverbs modify verbs, adverbs or adjectives**
**Eight kinds of adverbs and their examples**

1. സമയം — (Samayam) = Time

ഞാൻ വേഗം എത്തി — (Njān vēgam etti)
= I arrived Soon

2. സംഖ്യ — (Sankia) = Number

മേശമേൽ അഞ്ചു പുസ്തകങ്ങളുണ്ട് — (Mēsamēl anju pustakangaḷuṅdu) = There are five books on the table.

3. മാതിരി — (Mātiri) = Manner

നെപ്പോളിയൻ ധീരതയോടെ പടവെട്ടി (Napōḷean dhīratayōde pada vetti) = Napolean fought bravely

4. കാഷ്ഠ — (Kāshtah) = Degree

അവൻ തീരെ ക്ഷീണിച്ചിരുന്നു. - (Avan tīre kshīṅichirunnu) = He was quite tired

5. കാരണം — (Kāraṇam) = Reason

എനിക്കു് സുഖമില്ലാത്തതുകൊണ്ടു് — Enikku sukha millāttatukoṇdhu = As I am unwell.

6. ചോദ്യം (Chōdiyam) = Interrogative

കുട്ടികൾ എവിടെയാണു്? — Kuttikaḷ evideyāṅu? = Where are the boys?

7. ബന്ധം — (Bandham) = Relative

അവൻ വീണതായ സ്ഥലം ഇതാണു് = Avan vīnatāya stalam itāṅu = This is the place where he fell.

8. സ്ഥലം — (Stalam) = place

ഞാൻ വരുംവരെ ഇവിടെ നിൽക്കൂ

(Njān varumvare ivide nilkkū = Stand here till I come.

# LESSON 14

# Prepositions
## and
# Conjunctions

### ഗതിയും ഘടകവും — Gatiyum Ghadakavum

ഗതി (Gati) Preposition shows the relation of a നാമം (Nāmam) Noun or സർവ്വനാമം (Sarvanāmam) Pronoun with any other word or words in a sentence.

| | | | |
|---|---|---|---|
| Ex: | നേരെ | Nēre | = At |
| | മീതെ | Mīte | = On |
| | ഉടെ<br>ന്റെ | Ude<br>Nte | = Of |
| | വേണ്ടി | Vēṅdi | = For |
| | അരികിൽ | Arikil | = Near |
| | ഇൽ | Il | = In |
| | കൊണ്ടു് | Koṅdu | = With |
| | അടിയിൽ | Adiyil | = Under |

ആ കുന്നിന്മേൽ പുഴക്കരികെ ഒരു വീട്ടിൽ ആണു് ഞാൻ

താമസിക്കുന്നതു്.—(Ā kunninmēl puzhakarike oru vittil āṅu njān tamasikkunnatu) = I live in a house near the river on that hill.

## ഘടകം Ghadakam Conjunction

ഘടകങ്ങൾ വാക്കുകളേയോ വാചകങ്ങളേയോ കൂട്ടിച്ചേർക്കുന്നു. (Ghadakangaḷ vākkukaḷēyō vāchakangaḷēyō kūttichērkkunnu) = Conjunctions connect words or sentences

### പ്രധാന ഘടകങ്ങൾ
### (Pradhāna Ghadakangaḷ)
### Important Conjunctions

| | | |
|---|---|---|
| ഉം | Um | = And |
| എന്നാൽ | Ennāl | = But |
| അല്ലെങ്കിൽ | Allenkil | = Or (If not) |
| എന്തുകൊണ്ടെന്നാൽ | Enthukoṅdennāl | = Because |
| എങ്കിൽ | Enkil | = If |
| എങ്കിലും | Enkilum | = Though |
| വരെ | Vare | = Till |
| പോൾ | Pōl | = While |
| അല്ലാതെ | Allāte | = Except |
| എന്നിട്ടും | Ennittum | = Still |

## ക്രിയകൾ (Kriyakaḷ-Verbs) തുടർച്ച (Tudarcha-Continued)

There are some nouns derived from verbs and they are called (Kriyānāmanagaḷ) ക്രിയാനാമങ്ങൾ (gerunds)

Eg. Hunting is a sport = നായാട്ട് ഒരു വിനോദമാണ് (Nāyāttu oru vinodhamaṅu)

Here 'നായാട്ട്' (Nāyāttu) is derived from the verb hunt. നായാടുക (Nāyāduka) and hence it is a gerund)

There are some words with the force of a verb as well as an adjective and they are called പേരച്ചം pėracham (Participle)

Participles are of two kinds; Present participle വർത്തമാനകാല പേരച്ചം (Vartamānakāla pēracham) and Past participle ഭൂതകാല പേരച്ചം (bhūdakāla Pēracham)

Ex. A rolling stone = ഉരുളുന്ന കല്ല് uruḷunna kallu = Here ഉരുളുന്ന (uruḷunna) is വർത്തമാനകാല പേരച്ചം (varthamānakāla Pēracham)(Present participle) qualifying 'stone' കല്ല് (kallu)

A burnt baby = പൊള്ളിയ ശിശു (poḷḷiya śiśu) Here പൊള്ളിയ (poḷḷiya) is ഭൂതകാല പേരച്ചം (bhūthakāla pēracham) Past participle qualifying 'baby'

As in English, verbs have two voices in Malayalam also and they are കർത്തരിപ്രയോഗം (Karttaṛi prayōgam) and കർമ്മണിപ്രയോഗം (Karmaṅiprayōgam) (Active Voice and Passive Voice. In കർത്തരിപ്രയോഗം (Karthaṛi prayōgam) Active voice the subject takes the lead in the sentence and in കർമ്മണിപ്രയോഗം (Karmaṅi prayōgam) Passive voice the object takes the lead.

Ex. നരി പശുവിനെ കൊന്നു. (Nari pasuvine konnu)
= The tiger killed the cow. (Active voice)
പശു നരിയാൽ കൊല്ലപ്പെട്ടു (Paśu naṛiyal kollappettu)
= The cow was killed by the tiger (Passive voice)

## Voices

| Active Voice<br>കർത്തരി പ്രയോഗം<br>(Karthari Prayōgam) | Passive Voice<br>കർമ്മണി പ്രയോഗം<br>Karmani Prayōgam |
|---|---|
| വായിക്കുന്നു (Vāyikkunnu) = Reads | വായിക്കപ്പെടുന്നു (Vāyikkappedunnu)=is read |
| കുടിച്ചു (Kudichu) = drank | കുടിക്കപ്പെട്ടു (Kudikkappettu) = was drunk |
| വില്കും (Vilkum) = Will sell | വില്ക്കപ്പെടും (Vilkappedum) = Will be sold |
| തിന്നുകയില്ല (Tinnukayilla) - Won't eat | തിന്നപ്പെടുകയില്ല (Tinnappedukayilla) = Won't be saten |
| തിരയുമോ (Tirayumō)? = Will search | തിരയപ്പെടുമോ? Tirayappedumō?) = Will be searched? |
| പിടിക്കാം (Pidikkām) = Shall catch | പിടിക്കപ്പെടാം (Pidikkappedām) = shall be caught |
| എടുത്തിട്ടുണ്ട് Eduttittuṅdu = has/have/taken | എടുക്കപ്പെട്ടിട്ടുണ്ട് (Edukkappettittuṅdu = has/have/been taken |
| ഉണ്ടാക്കുകയാണ് (Uṅdākkukayāṅu) = is / are making | ഉണ്ടാക്കപ്പെടുകയാണ് Undākkappedukayāṅu = isfare being made |

## നാമ വിശേഷണങ്ങൾ (Nāma Viśeshaṅanga )
## Adjective

നാമവിശേഷണങ്ങൾ നാമത്തെ വിശേഷിപ്പിക്കുന്നു.

(Nāma Viśeshaṅagaḷ nāmate viśeshippikkunnu)
= Adjectives qualify nouns

| | | |
|---|---|---|
| വെളുത്ത | Veḷutta | = White |
| ചുവന്ന | Chuvanna | = Red |
| കറുത്ത | Karutta | = Black |
| നേരിയ | Nēriya | = Thin |
| ഘനമുള്ള | Ghanamuḷḷa | = Heavy |
| നല്ല | Nalla | = Good |
| ചീത്ത | Chītta | = Bad |
| ബലമുള്ള | Balamuḷḷa | = Strong |
| മൃദുവായ | Mriduvāya | = Soft |
| വലിയ | Valiya | = Big |
| ചെറിയ | Cheriya | = Small |
| നീണ്ട | Nīnda | = Long |
| ആഴമുള്ള | Āzhamuḷḷa | = Deep |
| തണുത്ത | Taṅutta | = Cold |

| | | | |
|---|---|---|---|
| കടുപ്പമുള്ള | Kaduppamulla | = | Hard |
| പഴയ | Pazhaya | = | Old |
| പുതിയ | Putiya | = | New |
| നരച്ച | Naracha | = | Grey |
| നെടിയ | Nediya | = | Tall |
| ഭംഗിയുള്ള | Bhangiyulla | = | Beautiful |
| വിരൂപമായ | Virūpamāya | = | Ugly |
| മനോഹരമായ | Manōharamāya | = | Lovely |
| ഉയർന്ന | Uyarnna | = | High |
| താണ | Thāna | = | Low |
| കീർത്തിപ്പെട്ട | Kīrthippetta | = | Famous |
| എളുപ്പമുള്ള | Eluppamulla | = | Easy |
| പ്രയാസമുള്ള | Prayasamulla | = | Difficult |
| നവീനമായ | Navīnamāya | = | Modern |
| ഇരുണ്ട | Iruṅdha | = | Dark |
| ഉരുണ്ട | Uruṅdha | = | Round |
| ക്രൂരമായ | Krūramaya | = | Cruel |

**Five kinds of adjectives with an example for each**

പഴയ പുസ്തകം (Pazhaya Pustakam)

= Old book (Adjective of quality)

വളരെ വെള്ളം (Valare Vellam)

= Much water (Adjective of quantity)

അഞ്ചു മാങ്ങ (Anchu manga)

= Five mangoes (Numeral adjective)

ഏതു വഴി (Ētu vazhi) Which way

(Interrogative adjective)

# LESSON 15

## IMPERATIVES

## വിധിരൂപം

Vidhirūpam

---

| | |
|---|---|
| ഇവിടെ വാ<br>Iviṭe vā | Come here (to menials & youngsters) |
| ഇവിടെ വരൂ<br>Iviṭe varū | Come here (with affection and love) |
| ഇവിടെ വന്നാലും<br>Iviṭe vannālum | Come here (with respect) |
| കസേരയിൽ ഇരിക്കൂ<br>Kasērayil irikkū | Sit in the chair |
| പുസ്തകം വായിക്കൂ<br>Pustakam vāyikkū | Read the book |
| പേനകൊണ്ടു് എഴുതൂ<br>Pēnakoṇṭuˇ eḷutū | Write with the pen |
| പള്ളിക്കൂടത്തിൽ പോകൂ<br>Paḷḷikkūṭattil pōkū | Go to school |
| ഊണു കഴിക്കൂ<br>Ūṇu kaḻikkū | Eat rice (Take meals) |
| വെള്ളം കുടിക്കൂ<br>Veḷḷam kuṭikkū | Drink water |
| പാത്രം കൊണ്ടുവരൂ<br>Pātram koṇṭuvarū | Bring the vessel |
| സിനിമ കാണൂ<br>Sinima kāṇū | See the cinema |

# LESSON 16

## Cases

### വിഭക്തികൾ

Vibhaktikaḷ

---

There are seven cases in Malayalam. The vocative is nciuded in nominative and therefore it need not be considered as a separate case. It is formed either by prefixing ഹേ hē or allē അല്ലേ or by elongating the final letter.

The names of the cases and their suffixes are given below.

| വിഭക്തികൾ (Cases) | പ്രത്യയം (Suffix) | | ഉദാഹരണം (Example) | |
|---|---|---|---|---|
| 1. നിർദ്ദേശിക nirddēśika Nominative case | നാമരൂപം തന്നെ പ്രത്യയം ഇല്ല The noun form as it is No. suffix | | ഏകവചനം Singular രാമൻ Rāman | ബഹുവചനം Plural രാമന്മാർ Rāmanmār |
| 2. പ്രതിഗ്രാഹിക Pratigrāhika objective case | എ e | | രാമനെ Rāmane | രാമന്മാരെ Rāmanmāre |
| 3. സംയോജിക Samyōjika Social case | ഒട്ˇ, oṭuˇ | ഓട്ˇ ōṭuˇ | രാമനൊട്ˇ Rāmanoṭuˇ രാമനോട്ˇ Rāmanōṭuˇ | രാമന്മാരൊട്ˇ Rāmanmāroṭuˇ രാമന്മാരോട്ˇ Rāmanmārōṭuˇ |

| | | | |
|---|---|---|---|
| 4. ഉദ്ദേശിക<br>Uddēśika<br>Dative | ഉ്; ക്കു്<br>u°; kk° | രാമനു്<br>Rāmanu° | രാമന്മാർക്കു്<br>Rāman-<br>mārkku° |
| 5. പ്രയോ<br>ജിക<br>Prayōjika<br>Instrumental | ആൽ;<br>കൊണ്ടു്<br>āl; koṇṭu° | രാമനാൽ<br>Rāmanāl<br>രാമനെ<br>ക്കൊണ്ടു്<br>Rāmane<br>kkoṇṭu° | രാമന്മാരാൽ<br>Rāmanmārāl<br>രാമന്മാരെ<br>ക്കൊണ്ടു്<br>Rāmanmāre-<br>kkoṇṭu° |
| 6, സംബ<br>ന്ധിക<br>Sambandhika<br>Possessive case | ടെ, ഉടെ<br>ṭe, uṭe | രാമന്റെ<br>Rāmanṟe | രാമന്മാരുടെ<br>Rāmanmāruṭe |
| 7. ആധാരിക<br>Ādhārika<br>Locative case | ഇൽ, കൽ<br>il, kal | രാമനിൽ<br>Rāmanil<br>രാമങ്കൽ<br>Rāmaṅkal | രാമന്മാരിൽ<br>Rāmanmāril |

*Note:* Rāman+te becomes Rāmanṟe according to Sandhi rules Ṉ & ṭ belong to two different groups and therefore they shall not from a joint letter unless they made into one group. Thus ṭ is converted into ṟ which belongs to ṅ group.

## Sentences as Examples
## ഉദാഹരണവാക്യങ്ങൾ
Udāharaṇa Vākyaṅṅaḷ

---

രാമൻ ഒരു നല്ല മനുഷ്യൻ ആണു്.
Rāman oru nalla manuṣyan āṇu˘.
Rama is a good man.

ഇതു് ആരുടെ പേനയാണു്.
Itu˘ āruṭe pēnayāṇu˘. Whose pen is this?

പശു പാൽ തരുന്നു.
Paśu pāl tarunnu. Cow gives milk.

അദ്ദേഹം എന്റെ ബന്ധുവാണു്.
Addēham enṟe badhuvāṇu˘. He is my relative.

പക്ഷികൾ പറക്കുന്നു.
Pakṣikaḷ paṟakkunnu. Birds fly.

സീത എന്നെ വിളിച്ചു.
Sīta enne viḷiccu. Sita called me.

രാമാ! എന്നെ രക്ഷിക്കണേ.
Ramā! enne rakṣikkaṇē. Oh Rama! save me.

ഹേ! പാൽക്കാരൻ പാലു കൊണ്ടുവരു.
Hē! pālkkāran pālu koṇṭuvaru.
Oh! milkman, bring milk.

ആ ആനയെ കണ്ടോ?
Ā ānaye kaṇṭō? Did you see that elephant?

ഞാൻ ഇന്നലെ രണ്ടു് പശുക്കളെ വാങ്ങി.
Ñān innale raṇṭu˘ paśukkaḷe vāṅṅi.
I bought two cows yesterday.

നിന്നെ ആരു വിളിച്ചു?
Ninne āru viḷiccu? Who called you?

ഞാൻ അവളോട്ട് പോകാൻ പറഞ്ഞു.

Ñān avaḷōṭu° pōkān paṟaññu.

I told her to go.

എന്നോട്ട് എന്താണ് നിങ്ങൾ ചോദിച്ചത്?

Ennōṭu° entānu° niṅṅaḷ cōdiccatu°?

What did you ask me?

അയാൾ കുട്ടിയെ വടികൊണ്ടാണ് അടിച്ചത്.

Ayāḷ kuṭṭiye vaṭikoṇṭāṇu° aṭiccatu°.

It was with a stick he beat the child

നിന്നാൽ വന്ന ആപത്താണ് ഇത്.

Ninnāl vanna āpattāṇu° itu°.

This danger is because of you

ഇത് എന്നെക്കൊണ്ട് ചെയ്യാൻ വയ്യ.

Itu° ennekkoṇṭu° ceyyān vayya.

This cannot be done by me

എൻെറ പുസ്തകം എവിടെ?

Enṟe pustakam eviṭe? Where is my book?

ആരുടെ വണ്ടിയാണ് അത്?

Āruṭe vaṇṭiyāṇu atu°? Whose vehicle is that?

പേന പെട്ടിയിൽ കാണും.

Pēna peṭṭiyil kāṇum. Pen will be seen in the box.

പടിക്കൽ രണ്ടുപേർ നില്ക്കുന്നു

Paṭikkal raṇṭupēr nilkkunnu Two persons stand at the gate

വണ്ടിയിൽ കയറൂ.

Vaṇṭiyil kayaṟū Get into the vehicle.

## The meaning of cases

## വിഭക്തിരൂപങ്ങളുടെ അർത്ഥം

Vibhakti Rūpaṅṅaḷuṭe artham

---

1. Nominative—The noun form as it is. Usually the subject of sentence will be in the nominative case.

   E. g. രാമൻ രാവണനെ കൊന്നു Rāman Rāvaṇane konnu. Raman killed Ravana. Here രാമൻ (Rama) is in the nominative case.

2. Accusative or Objective:— The object of a sentence (usually the direct object) will be in this case, as, ലക്ഷ്മി സരസ്വതിക്കു് പുസ്തകം കൊടുത്തു.

   Lakşmi Saraswathikku˘ pustakam koṭuttu.
   Lakshmi gave a book to Saraswathi.

   Here book is the direct object, and hence in the Malayalam translation of the sentence, പുസ്തകം pustakam is in accusative case. Remember the names of inanimate objects when used in the accusative case do not take a case ending suffix in Malayalam.

   Thus പുസ്തകം + എ—പുസ്തകത്തെ pustakam + e—pustakatte is incorrect.

   In the former example രാവണനെ Rāvaṇane is in the accusative case, as if is the object of the sentençe.

3. Social—This case is very peculiar in Malayalam. Both direct & indirect objects are denoted by the Social case. ഞാൻ അവനോടു് പറഞ്ഞു. Ñān avanōṭu˘ paraññu. I told him. In this example 'him' in English is the object, and is in the accusative case. In Malayalam അവനോടു് avanōṭu˘ is in the social case.

4. Dative—This also refers to indirect object like ഞാൻ അവനു് പുസ്തകം കൊടുത്തു. Ñān avanu˘

pustakam koṭuttu. I gave him a book. അവനു് avanu' is in the dative case. The use of dative case is not restricted to this sense only. It is also used to denote a particular place, time period. തിരുവല്ലയ്ക്കു പോയി Tiruvallaykku povi Went to Tiruvalla—denoting a place.

പത്തുമണിക്കു് വണ്ടി വരും.

Pattu maṇikku' vaṇṭi varum.

Vehicle will come at ten o' clock.

Here the time is denoted.

വേനല്ക്കു വേനല്ക്കു മാമ്പഴം കിട്ടും.

Vēnalkku vēnalkku māmpalam kiṭṭum — Every summer (you) will get ripe mango-fruits. Here the season or period is indicated.

5. Instrumental or Causative—Either to indicate a thing Instrumental to some thing or to show cause, this case is used. കൊണ്ടു koṇṭu denotes instrument as വടികൊണ്ടു് അടിച്ചു. Vaṭikoṇṭu aṭiccu'. Beat with a stick.

ആൽ āl shows cause.

മഴയാൽ വന്ന തണുപ്പു്.

Malayāl vanna taṇuppu'.

Chill caused by rain.

6. Possessive—Indicative of possession. Examples already given. See pages 84, 85 & 86.

7. Locative indicating location, place, surface etc meaning in, on upon and at.

പെട്ടിയിൽ—peṭṭiyil—In the box കല്ലിൽ നടന്നു. Kallil naṭannu. Walked on the stone. കുന്നിൽ കയറി. Kunnil kayaṟi. Climed upon the hill. പടിക്കൽ ചെന്നു paṭikkal cennu. Went to the gate.

# LESSON 17

## Sentence Building

### Small Sentences

### ചെറിയ വാചകങ്ങൾ Cheria Vāchakangal

| | |
|---|---|
| ന ല്ല കു ട്ടി<br>Na lla ku ṭṭi | Good boy (or girl) |
| വെ ളു ത്ത കു തി ര<br>Ve ḷu tta ku ti ra | White horse |
| മു ല്ല മൊ ട്ടു്<br>Mu lla mo ṭṭuᵘ | Jasmine bud |
| എ ത്ര ദി വ സ ങ്ങ ൾ<br>E tra di va sa ṅṅa ḷ | How many days |
| ക റു ത്ത പ ട്ടി<br>Ka ru tta pa ṭṭi | Black dog |
| നാ ളെ വാ<br>Nā ḷe vā | Come to-morrow |
| അ രി ഇ ല്ല<br>A ri i lla | No rice |
| വെ ള്ളം കു ടി ക്കു ക<br>Ve ḷḷam ku ṭi kku ka | Drink water |
| പു ഴ ഒ ഴു കു ന്നു<br>Pu ḻa o ḻu ku nnu | River flows |
| അ മ്മ കു ളി ച്ചു<br>A mma ku ḷi ccu | Mother bathed |

അച്ഛൻ മുറിയിലുണ്ടു്.
Acchan muṟiyiluṇṭuᵘ. Father is in the room.

അനിയത്തി വായിക്കുകയാണു്.
Anīyatti vāyikkukayāṇuᵘ. Younger sister is reading.

ചേച്ചി കുളിക്കുകയാണു്.
Cēcci kuḷikkukayāṇuᵘ. Elder sister is bathing.

ചേട്ടൻ ആപ്പീസിൽ പോയി.
Cēttan āppīsil pōyi Elder brother went to office.

നിങ്ങളുടെ നാടു് എവിടെയാണു്?
Niṅṅaḷute nāṭuᵘ eviṭeyāṇuᵘ? Which is your native place?

നിങ്ങളുടെ പേരു് എന്താണു്?
Niṅṅaḷuṭe pēruᵘ entāṇuᵘ? What is your name?

*അദ്ദേഹം എവിടെ?
Addēham evite? Where is he?

അവൻ എവിടെ?
Avan eviṭe? Where is he?

അയാൾ എവിടെ?
Ayāḷ eviṭe? Where is he?

അവിടെ ആരു് ഉണ്ടു്?
Avite āruᵘ uṇṭuᵘ? Who is there? or who will be there?

അവിടെ ആരു് പോകും?
Avite āruᵘ pōkum? Who will go there?

നിങ്ങൾക്കു് എത്ര പുസ്തകങ്ങൾ ഉണ്ടു്?
Niṅṅaḷkkuᵘ etra pustakaṅṅaḷ uṇṭuᵘ? How many books have you?

* The word 'he' given three synoyms here. Each has its own significance. അദ്ദേഹം addēham literally means that body', which is used in honorophic sense. അവൻ avan refers to a person of lower age, status and caste. അയാൾ ayāḷ is used indifferently to denote equality, friendship or any one who does not command respect from you.

The three parts of a sentence വാചകം (vāchakam) are ആഖ്യ (ākya) subject; ആഖ്യാതം (ākyātam) predicate and കർമ്മം (Karmam) object. There may be no object in some sentences, but subject and predicate are absolute for the formation of a sentence.

In English, predicate comes before the object; but in Malayalam it is to the end of the sentence. Look at the following examples.

Birds build nests-(ബേഡ്സ് ബിൽഡ് നെസ്റ്റ്സ്) Here the predicate 'build' is located before the object 'nests'. It is translated into Malayalam thus.

പക്ഷികൾ കൂടുണ്ടാക്കുന്നു (Pakshikal kūdundākkunnu) Here the predicate 'ഉണ്ടാക്കുന്നു' is at the end of the sentence.

പശു പുല്ലു തിന്നുന്നു (Paśu pullu tinnunnu) = The cow eats grass.

ഗുരുനാഥൻ കണക്കു ചെയ്തു (Gurunādhan kaṇakku cheytu) = The teacher did the sum.

എനിക്കു് വിശക്കുന്നു (Enikku viśakkunnu) = I am hungry.

എനിക്കു വല്ലതും തിന്നുവാൻ തരിക (Enikku vallatum tinnuvān taṙika) = Please give me something to eat

ഇവിടെ വാ (Ivide vā) = Come here.

പശു നമുക്കു് പാൽ തരുന്നു (Paśu namukku pāl taṙunnu) = cow gives us milk.

നീ എപ്പോൾ വരും? (Nī eppōl vaṙum?) = When will you come?

ഞാൻ അഞ്ചു മണിക്കു് മടങ്ങിവരും? (Njān anju mañikku madangi vaṙum) = I will return at five o'clock.

എനിക്കു് ചായ കുടിക്കണം? (Enikku chāya kudikkañam = I want to drink tea.

അവൾ ഒരു എഴുത്തു എഴുതിയില്ല (Avaḷ oṙu ezhuttu ezhutiyilla) = She did not write a letter.

അവൻ ഒരു മാങ്ങ തിന്നുകയാകുന്നു (Avan oṙu mānga tinnukayākunnu)=He is eating a mango

എന്റെ അച്ഛൻ എന്നെ സ്നേഹിക്കുന്നു (Ente achan enne snēhikkunnu) = My father loves me.

അവർ ജോലി ചെയ്യുന്നില്ല (Avar jōli cheyyunnilla) = They do not work.

നീ മഴയത്തു് വീട്ടിൽ വന്നുവോ? (Nī mazhayattu vīttil vannuvō) = Did you come home in the rain?

എൻെറ ഗുരുനാഥൻ എവിടെയാണു് Ente guru-nādhan evideyāṅu?) = Where is my teacher?

ദയവു ചെയ്തു് അങ്ങു് എനിക്കു് ഒരു പേന തന്നാലും.

(Deyavu cheytu angu enikku oru pēna tannā-lum) = You, Please give me a pen.

വീട്ടിൽവെച്ചു് പാഠങ്ങൾ നന്നായി പഠിച്ചാലും

Vittil vechu pādhangal nannāyi padhichālum = Learn your lessons well at home

ആ പെൺകുട്ടിക്കു് വായിക്കാൻ കഴികയില്ല–

(Ā peṅkuttikku vāyikkān kazhikayilla) = That girl cannot read.

പക്ഷികൾ പറക്കുകയല്ല—(Pakshikal parakkuka-yalla = Birds are not flying.

പോത്തുകൾക്കു് വെള്ളത്തിൽ നീന്തുവാൻ കഴിയും–

(Pōthukalkku vellathil nīntuvān kazhiyum) = Buffalos can swim in water.

പശു നമുക്കു് പാൽ തരുന്നു – (Paśu namukku pāl tarunnu) = The cow gives us milk.

അഞ്ചു മണിക്കുണരുക; നിങ്ങൾ അഭിവൃദ്ധിപ്പെടും.

(Anju manikkunaruka; ningal abhivridhippedum) = Rise at five; you will thrive.

അവൻെറ ചുററുപാടുകൾ അജ്ഞാതങ്ങളാണു്.

(Avante chuttupādukal ajnātangalānu) = His whereabouts are unknown.

ഗുരുനാഥൻ മുടക്കമാണെങ്കിൽ കുട്ടികൾ കളിക്കുന്നു-

(Gurunāthan mudakkamānenkil kuttikal kalikkunnu) = While the teacher is absent the children play.

ഓടുവാൻ കഴിയാതവണ്ണം അവൻ അത്ര സ്ഥൂലിച്ചവനാണു്

(Ōduvān kazhiyātavannam avan atra sthūlichavanānu) = He is so fat that he cannot run.

പതിവുപോലെ ഇന്നും തീവണ്ടി നേരം വൈകിയിരിക്കുന്നു

(Pativupōle innum tīvandi nēram vaikiyirikkunnu) = Today too, the train is late as usual.

എനിക്കു് കാപ്പിയോ ചായയോ വേണം. (Enikku kāppiyō chāyayō vēnam) = I want either coffee or tea

എൻെറ അച്ഛനാകട്ടെ അമ്മയാകട്ടെ ഇന്നു് പള്ളി യിൽ വന്നില്ല. (Ente achanākatte ammayākatte innu palliyil vannilla) = Neither my father nor my mother attended the church today.

നീതിമാൻ പനപോലെ തഴയ്ക്കും (Nītimān pana pōle tazhaykum = The righteous shall flourish as the palm tree

അവൻ എവിടെനിന്നു വന്നുവെന്നു ഞാൻ അറിയുന്നില്ല

(Avan evide ninnu vannuvennu njān ariyunnilla = I do not know whence he came.

# LESSON 18

# Proverbs

## Proverbs

**പഴഞ്ചൊല്ലുകൾ**

**pazhanjollukaḷ**

മെല്ലെ തിന്നാൽ മുള്ളും തിന്നാം. (Melle tinnāl muḷḷum tinnām) = Slow and steady wins the race.

ചൊട്ടയിലെ ശീലം ചൊടലവരെ (Chottayile śīlam chudala vare) = Child is the father of man.

കുരയ്ക്കും പട്ടി കടിക്കില്ല (Kuṛaykkum patti kadikkilla) = Barking dogs seldom bite

തീയില്ലാതെ പുകയില്ല (Tīyillāte pukayilla) = No smoke without fire

ആഴമുള്ള ജലത്തിൽ ഓളമില്ല (Āzhamuḷḷa jalattil ōḷamilla = Still waters run deep.

കോരിയ കിണററിലേ ഉറവുള്ളൂ (Kōriya kiṅattilē uravuḷḷū = Drawn wells are seldom dry

ആനയ്ക്കു മണി കെട്ടേണ്ട (Ānayku maṇi keṭṭēṇda)
= Good wine needs no bush.

ഐകമത്യം മഹാബലം (Aikamatyam mahā balam) = Union is strength

ഇരുന്നിട്ടേ കാൽ നീട്ടാവൂ (Irunnittē kāl nīttāvū
= Look before you leap

പലതുള്ളി പെരുവെള്ളം (Pala tuḷḷi peruveḷḷam)
= Many a little makes a muckle

**Idioms**

**ശൈലികൾ**

**Śailikaḷ**

ഇരയിട്ടു മീൻ പിടിക്കുക (Irayittu mīn pidikkuka
= To gain much by losing little

തെക്കോട്ടു പോകുക (Tekkōttu pōkuka) = To die

കലാശം ചവിട്ടുക (Kalāśam chavittuka)
= To end

ഗണപതിക്കു കുറിക്കുക (Gaṇapatikku kurikkuka)
= To begin

ഉരുളയ്ക്കുപ്പേരി (Urulaykkupperi) = Tit for tat

ഉണ്ട ചോറിൽ കല്ലിടുക (Unda choril kalliduka) = To be ungrateful

അലകും പിടിയും മാറുക (Alakum pidiyum maruka = To have a complete change

ചെണ്ട കൊട്ടിക്കുക (Chenda kottikkuka)=Befool

കഥ കഴിക്കുക (Kadha kazhikkuka) = To kill

ദീപാളി കുളിക്കുക (Dipali kulikkuka) = To become a pauper

**Phrases**

**വാക്യാംശങ്ങൾ**

**Vakyamsangal**

ചർവ്വിതചർവ്വണം (Charvita charvanam) = To harp on the same string (Repetion)

അമർത്ത്യമായ (Amartiamāya) = Immortal

സമകാലീനൻ (Samakalīnan) = Contemporary

നിർഭാഗ്യവശാൽ (Nirbhagia vaśal = Unfortunately

ഐകകണ്ഠ്യേന (Aikakandhiēna=Unanimously

ഏറെക്കുറെ (Ērekkure) = more or less

കൊല്ലംതോറുമുള്ള (Kollam thorumulla = Annual

ചിറകൊടിക്കുക (Chirakodikkuka) = To clip the wings.

ആദ്യാവസാനം (Ādyavasanam) = From A to Z

അധരസേവ (Adhara sėva) = Lip service

അര മുറുക്കുക (Ara murukkuka) = To gird up the lions-

ഭഗീരഥ പ്രയത്നം (Baghiradha prayatnam) = A herculian task.

ക്രയവിക്രയം (Krayavikrayam) = Buying and selling.

ധരിക്കുക (Dharikkuka) = To put on

മുക്കും മൂലയും (Mukkum Mūlayum) = Nook and corner.

അങ്ങുമിങ്ങു (Angumingum) = Here and there

മുളയിൽ നുള്ളുക (Mulayil nulluka) = To nip in the bud.

ആപാദചൂഡം (Āpātachūdham)=From tip to toe

മുഖവില (Mukhavila) = Face value

ദിവാസ്വപ്നം (Dhivā swapnam) = Day dream.

കുട്ടിക്കളി (Kuttikkali) = Child's play

ശ്രവ്യമല്ലാത്ത (Śraviamallātta) = Inaudible.

നാണയപ്പെരുപ്പം (Nāṅayapperuppam) = Inflation.

സ്വരാജ്യസ്നേഹി (Swarājiasnēhi) = Patriot

വീണ്ടെടുപ്പുവില (Vīndheduppu vila)= Ransom

നിരീശ്വരൻ (nirīśuaran) = Atheist

## LESSON 19

# Conversation

**സംഭാഷണം— Sambhāshaṇam**

I

1) നിന്റെ പേരെന്തു്? (Ninte Pērentu) = What is your name?

എന്റെ പേർ മാത്യൂസ് എന്നാണു് (Ente pēr Mathews ennāṇu) = My name is Mathews.

2) നിനക്കു് എത്ര വയസ്സായി? (Ninakku etra vayassāyi = How old are you?

എനിക്കു് ഇരുപതു് വയസ്സായി. (Enikku irupatu vayassāyi) = I am twenty years old.

3) നിങ്ങൾ എവിടെ പാർക്കുന്നു? (Ningaḷ evide pār kkunnu?) = Where are you put up?

ഞങ്ങൾ ബോംബെയിലാണു് ഇപ്പോൾ പാർക്കുന്നതു് (Njangaḷ Bōmbayilāṇu ippōḷ parkkunnatu)

= We are, at present put up at Bombay.

4) നിന്റെ അച്ഛനു് എത്ര ആൺകുട്ടികളുണ്ടു്? (Ninte achanu etra āṅkuttikal̇uṅdu?)
How many sons has your father?

എന്റെ അച്ഛനു് മൂന്നു് ആൺകുട്ടികളുണ്ടു്.

(Ente achanu mūnnu aṅkuttikal̇uṅdu)
= My father has three sons.

5) അങ്ങയ്ക്കു് സഹോദരിമാരുണ്ടോ? (Angayku sahȯdharimārundō? = Have you sisters?

ഇല്ല, എനിക്കു് സഹോദരിമാരില്ല. (illa, enikku sahōdharimārilla) = No, I have no sisters.

6) നിന്റെ അച്ഛനു് ജോലിയെന്തു്? Ninte achanu jōliyentu? = What is your father?
എന്റെ അച്ഛൻ ഒരു കളക്ടരാണു് (Ente achan oru kal̇aktarāṅu) = My father is a Collector.

7) നീ ഇവിടെ എന്തിനു വന്നു? (Nī ivide enthinu vannu? = Why did you come here? (or) What brought you here?

ഞാൻ ഇവിടെ ഒരു കാര്യം പ്രമാണിച്ചു വന്നതാണു്

(Njān ivide oru kāriyam pramāṅichu vannathanu) = I came here on a business.

൮) നീ എപ്പോൾ മടങ്ങുവാൻ വിചാരിക്കുന്നു? (Nī eppōl madanguvan vicharikkunnu)

= When do you mean to return?

ഞാൻ നാളെ മടങ്ങുവാൻ വിചാരിക്കുന്നു.

(Njān nāle madanguvān vichārikkunnu)
= I mean to return to-morrow.

9) നിനക്കു സുഖമാണോ? (Ninakku sukhamānō)?
How do you do?

എനിക്കു പരിപൂർണ്ണ സുഖംതന്നെ, നിങ്ങൾക്കു നന്ദി.

(Enikku paripūrna sukham tanne, Ningalkku nanni) = I am quite well, thank you.

10) ഇവിടെയുള്ള ഏററവും നല്ല ഹോട്ടൽ ഏതാണു്?

(Ivideyulla ettavum nalla hōtel ethānu?)
= Which is the best hotel here?

അതു് വുഡ്ലാണ്ടസ് ആണു് (Atu vudlānds ānu)
= It is woodlands.

11) അവിടേയ്ക്കു് ഇവിടെനിന്നു് എത്ര ദൂരം ഉണ്ടു്?

(Avidēyku ivide ninnu etra dhūram undu?)
= How far is it from here?

അതു് ഇവിടെനിന്നു് രണ്ടു് നാഴിക അകലെയാണു്

(Atu ivide ninnu randhu nāzhika akaleyānu) = It is two miles away from here.

12 നിന്റെ സ്വദേശം ഏതാണു്? Ninte swadēśam ethānu?) = Which is your native place?

എന്റെ സ്വദേശം കുന്നംകുളമാണു് (Ente swadēsam Kunnamkulamānu) = My native place is Kunnamkulam.

13 നീ എന്റെ കൂടെ കടൽക്കരയിലേക്കു് വരുമോ?

(Nī ente kūde kadalkarayileku varumō?) = Will you come with me to the beach?

ഇല്ല; എനിക്കു് വേറെ അടിയന്തര ജോലിയുണ്ടു്.

(Illa, eniku vēre adiyantara jōliyundu) = No, I have some urgent work to do.

## II

നിങ്ങൾക്കു മലയാളം സംസാരിക്കാൻ അറിയുമോ?

Niṅṅaḷkku Malayāḷam samsārikkān aṟiyumō?

> Do you know to talk Malayalam?

കുറച്ചൊക്കെ അറിയാം.

Kuṟaccokke aṟiyām.          (I) know a little.

എന്താണു് നിങ്ങളുടെ പേരു്?

Entāṇu° niṅṅaḷuṭe pēru°?

> What is your name?

എന്റെ പേരോ? ജാനകിരാമൻ എന്നാണു്.

Enṟe pērō? Jānakirāman ennāṇu°.

> My name? Janakiraman.

എവിടെയാണു് സ്വദേശം?

Eviṭeyāṇu° svadēśam?

> Which is your native place?

എന്റെ സ്വദേശം മദ്രാസാണു്.

Enṟe svadēśam madrāsāṇu°.   My native place is Madras.

നിങ്ങളുടെ നാട്ടു് എവിടെയാണു്?

Niṅṅaḷute nātu° eviteyāṇu°?

> Which is your native place?

എന്റെ നാട്ടു് കേരളത്തിൽ; ആലുവാ.

Enṟe nātu° kēraḷattil; āluvā.

> My place is Kerala; Alwaye.

ആലുവാ എവിടെയാണു്?

Āluvā eviteyāṇu°?

> Where is Alwaye?

ആലുവാ കൊച്ചിക്കു് അടുത്താണു്.

Āluvā koccikku° aṭuttāṇu°.

> Alwaye is near Cochin.

എങ്ങനെ ആ ദിക്കു്?

Eṅṅane ā dikku˘? How is that place?

ആലുവാ ഒരു സുഖവാസസ്ഥലമാണു്.

Aluvā oru sukhavāsasthalamāṇu˘.

Alwaye is a health sanatorium.

ആകട്ടെ; മലയാളഭാഷയിൽ എത്ര
അക്ഷരങ്ങളുണ്ടു്?

Ākaṭṭe: malayāḷabhāṣayil etra akṣaraṅṅaluṇṭu˘?

Alright. In Malayalam language
how many letters are there?

മലയാളത്തിൽ ആകെ അമ്പത്തൊന്നു്
അക്ഷരങ്ങൾ ഉണ്ടു്.

Malayaḷattil āke ampattonnu˘ akṣharaṅṅal uṇṭu˘.

In Malayalam there are fifty one letters.

അമ്പത്തൊന്നോ! തമിഴിൽ വളരെ
കുറവാണല്ലോ?

Ampattonnō? Tamiḻil vaḷare kuṟavāṇallō!

Fifty one! In Tamil it is far less.

അതെ; മലയാളത്തിൽ തമിഴിലെ എല്ലാ
അക്ഷരങ്ങളും ഉണ്ടു്. കൂടാതെ സംസ്കൃ
തത്തിലെ എല്ലാ അക്ഷരങ്ങളും ഉണ്ടു്.

Ate; malayāḷattil tamiḻile ellā akṣaraṅṅaḷum uṇṭu˘
Kūṭāte samskṛtattile ellā akṣaraṅṅaḷum uṇṭu˘.

Yes, in Malayalam all the Tamil letters are there
Moreover, all the Sanskrit letters also are there

അപ്പോൾ തമിഴും സംസ്കൃതവും അറി
ഞ്ഞാൽ മലയാളം പഠിച്ചുവെന്നു്
പറയാമല്ലോ.

Appōl tamiḷum samskṛtavum aṛiññāl
malayāḷam paṭhiccuvennu˘ paṛayāmallō.

Then if (one) knows Tamil and Sanskrit, (one) can say that (he) has studied Malayalam.

അതെങ്ങനെ? മലയാളം പഠിച്ചാലേ
മലയാളം പഠിച്ചെന്നു പറയാവൂ.

Ateṅṅane? malayāḷam paṭhiccālē
malayāḷam paṭhiccennu paṛayāvū.

How is that? If only one learns Malayalam, he can claim that he has learnt Malayalam.

സംസ്കൃതവും തമിഴും അറിയുന്ന ഒരാൾക്ക്
മലയാളം പഠിക്കാൻ എളുപ്പമാണ്.

Samskṛtavum tamiḷum aṛiyunna orāḷkku˘
malayāḷam paṭhikkān eḷuppamāṇu˘.

It is easy to learn Malayalam for one who knows Sanskrit and Tamil

# NEGATIVES

## നിഷേധരൂപം

Niṡēdharūpam

The negatives in Malayalam are formed in the following ways:-

(1) Adding ആ ā to the root.

e. g. പോക് + ആ = പോകാ pōkā

Won't go

വര് + ആ = വരാ varā

Won't come.

(2) Adding separate words showing negative meaning like

പോക + ഇല്ല = പോകയില്ല or പോകില്ല.

Pōka + illa = pōkayilla or pōkilla

പോക + അരുത് = പോകരുത്.

Pōka + arutu˘ = pōkarutu˘.

Don't go

Should not go.

പോക + വേണ്ട = പോകേണ്ട.

Pōka + vēṇṭa = pōkēṇṭa.

Must not go.

വായിക്ക + അരുത് = വായിക്കരുത്.

Vāyikka + arutu˘ = vāyikkarutu˘.

പോക + അല്ല = പോകയല്ല.

Pōka + alla = pōkayalla.

Not going.

ഉറങ്ങുക + അല്ല = ഉറങ്ങുകയല്ല

Uṟaṅṅuka + alla = Uṟaṅṅukayalla.

| | | |
|---|---|---|
| ഇല്ല | illa | means no. |
| അല്ല | alla | means not. |
| വേൺ | vēṇ | means to get (have). |
| വേണം | vēṇam | means must get (have). |
| വേണ്ടാ | veṇṭā | means must not have. |

## Dog

### ശ്വാവ് —(Śwāvu) നായ—(Nāya)

ശ്വാവും ഒരു വീട്ടുമൃഗമാണ് (Ṣwāvum oṙu vīttu-mrigamāṅu) = The dog too, is a domestic animal

അതിന് വേഗം ഓടുവാൻ കഴിയും (Atinu vēgam ōduvān kazhiyum) = It can run fast

അത് അതിന്റെ യജമാനനെ സ്നേഹിക്കുന്നു (Atu atinte yajamānane snēhikkunnu) = It loves its master

ഒരു അപരിചിതനെ കണ്ടാൽ അത് കുരയ്ക്കും

(Oṙu apaṙichitane kaṅdāl atu kuṙaykum) = It barks at a stranger

പോകുന്നിടത്തെല്ലാം യജമാനനെ പിന്തുടരുവാൻ അതു താല്പര്യപ്പെടുന്നു (Pōkunnidathellām yajamānane pintudaṙuvān atu tālpaṙiappedunnu) = It likes to follow its master wherever he goes

നായ്ക്കളെ നായാട്ടിനും ഉപയോഗിക്കുന്നു (Nāyakaḷe nāyāttinum upayōgikkunnu) = Doges are used for hunting also

രാത്രിയിൽ അതു് യജമാനന്റെ വീട്ടു് കാക്കുന്നു

(Ṙātriyil atu yajamānante vīdu kākkunnu)
= It guards its master's house at night

അതു് ചോറും ഇറച്ചിയും തിന്നുന്നു (Atu chōrum irachiyum tinnunnu) = It eats rice and flesh

അതിനു് ദൂരത്തുള്ള സാധനങ്ങൾ മണത്തറിയുവാൻ കഴിയും (Atinu dhūrathuḷḷa sādanangaḷ maṅa ttariyuvān kazhiyum) = It can smell things at a distance

കുററവാളികളെ കണ്ടുപിടിക്കുവാൻ ഇന്നു് നായ്ക്കളെ ഉപയോഗിക്കുന്നുണ്ടു് (Kuttavāḷikaḷe kaṅdupidi-kkuvān innu nāykaḷe upayōgikkunnuṅdu)
= Dogs are used today to find out criminals

## The Cow

### പശു (Paṡu)

പശു ഒരു വീട്ടുമൃഗമാകുന്നു (Paṡu oṙu viṫtumrigamā-kunnu) = The cow is a domestic animal

അതിന്നു് നാലു കാലുകളുണ്ടു് (Atinu nalu kalukaḷu-ṅdu) = It has four legs

അതിൻെറ കാലുകൾ കുറിയവയും ദേഹം സ്ഥൂലിച്ചതുമാണു് (Atinte kalukaḷ kuriyavayum deham stūlichatumaṅu) = Its legs are short and body big

അതിൻെറ വാലിൻെറ അററത്തു് രോമക്കെട്ടുണ്ടു് (Atinte vālinte attathu romakkettuṅdu) = Its tail is tufted

അതിൻെറ കുളമ്പുകൾ പിളൎന്നിരിക്കുന്നു. (Atinte kuḷambukaḷ piḷarnnirikkunnu) = Its hoof are cloven

പശു നമുക്കു് പാൽ തരുന്നു (Paṡu namukku pāl taṙunnu) = The cow gives us milk

അതു് വളരെ ഉപയോഗമുള്ള ഒരു മൃഗമാകുന്നു. (Atu val̇are upayōgamul̇l̇a oṙu mrigamākunnu) = It is a very useful animal

പശു പുല്ലും വൈക്കോലും തിന്നുന്നു (Pasu̇ pullum vaikōlum tinnunnu) = It eats grass and straw

അതിന്റെ ചാണകം ഒരു നല്ല വളമാണു് (Atinte chāṅakam oṙu nalla val̇amāṅu) = Its dung is a good manure

അതിന്നു കുതിരയെപ്പോലെ വേഗം ഓടുവാൻ കഴികയില്ല (Atinu kutiṙayeppōle vēgam ōduvān kazhikayilla) = It cannot run so fast as a horse

## LESSON 20

# Translation

**Translate into Malayalam**

**മലയാളത്തിലേക്കു് തർജ്ജ്ജമ ചെയ്യുക**

**Malayālathilēku tarjama cheyyuka**

Solomon, famous for wisdom
ജ്ഞാനത്തിനു് കേളികേട്ട ശലോമോൻ

(Gnānattinu kēli kētta śālōmon)

Grave is not the goal of life
ജീവിതത്തിന്റെ ലക്ഷ്യം കല്ലറയല്ല

(Jīvitattinte lakshyam kallarayalla)

From the cradle to the grave
തൊട്ടിൽ തൊട്ടു് കല്ലറ വരെ

(Tottil tottu kallara vaṙe)

Child is the father of man = നരന്റെ താതൻ ശിശുവാണു് (Naraṅte tātan śiśuvāñu)

God created man in his own image = ദൈവം തന്റെ സ്വന്ത സാദൃശ്യത്തിൽ മനുഷ്യനെ സൃഷ്ടിച്ചു.

(Daivam tante swanta sādrisyattil manushyane srishttichu)

Nobody worships the setting sun = അസ്തമനസൂര്യനെ ആരും തൊഴാറില്ല (Astamana sūṙiane ārum tozhārilla)

Train up the child in the way, he should go= ബാലൻ നടക്കേണ്ട വഴിയിൽ അവനെ അഭ്യസിപ്പിക്ക (Bālan nadakkėndha vazhiyil avane abhyasippikka)

As is the father, so is the son = അച്ഛനെപ്പോലെ തന്നെ മകനും (Achaneppōle tanne makanum

When the world was in its tender infancy ലോകത്തിൻെറ ശൈശവദശയിൽ (Lōkathinte saisava dasayil)

A little knowledge is dangerous = അല്പജ്ഞാനം വഴക്കുണ്ടാക്കും (Alpagnānam vazhakkundakkum

Nehru is the first Prime Minister of free India സ്വതന്ത്രഭാരതത്തിൻെറ പ്രഥമ പ്രധാന മന്ത്രിയാണ് നെഹ്റു (Swatantra Bhāratattinte pradhama pradana mantriyaṅu Nehru)

A hunter shot a tiger = വേടൻ ഒരു നരിയെ വെടിവെച്ചു (Vēdan oru nariye vedi vechu)

Wounds made by words
വാക്കുകളുണ്ടാക്കുന്ന മുറിവുകൾ

(Vākkukaḷundākkunna murivukaḷ)

Before the appointed time
നിശ്ചിത സമയത്തിനുമുമ്പ് (Nischita samaya-
ttinu munpu)

Let us pray God = നമുക്ക് ദൈവത്തോട് പ്രാർത്ഥി
ക്കാം (Namukku daivattōdu prārtikkām)

By the grace of the Almighty = സർവ്വശക്തന്റെ
കാരുണ്യത്താൽ (Sarvasaktante karuṅnyathāl)

His where abouts are unknown to me = അവ
ന്റെ ചുററുപാടുകൾ എനിക്ക് അജ്ഞാതമാണ്

(Avante chuttupadukaḷ enikku akjatamāṅu)

The modern view of the world = ലോകത്തിന്റെ
നവീനാശയം (Lōkattinte navīnaśayam)

Formation of character is not easy = സ്വഭാവ
രൂപീകരണം എളുപ്പമല്ല (Suabhāva rūpikaraṅam
eḷuppamalla)

Pen is mighter than the sword = പേനക്ക് വാ
ളിനേക്കാൾ ശക്തിയേറും (Penaykku vāḷinekkāḷ
saktiyērum)

The greedy people will lose even what they have = അത്യാത്തിക്കു് ഉള്ളതും കൂടെ നഷ്ടപ്പെടും. (Atyārttikku uḷḷatum kūde nashttappedum)

This is the house that Rama built = രാമൻ പണിത വീടു് ഇതാകുന്നു. (Rāman paṇita vīdu itākunnu)

Lead is the heavies of all metals = ഈയം എല്ലാ ലോഹങ്ങളേക്കാളും ഘനമേറിയതാണു് (Īyam ellā lōhangaḷēkkāḷum ghanamēriyathāṇu)

Cowards die many times in life, but the brave dies once = ഭീരുക്കൾ ആയുസ്സിൽ പല തവണ മരിക്കുന്നു; എന്നാൽ ധീരൻ ഒരിക്കലേ മരിക്കുന്നുള്ളു (Bhīrukkaḷ ayussil pala tavaṇa marikkunnu; ennāl dhīran orikkalē marikkunnuḷḷu)

Authority forgets a dying king = മരിക്കാറായ മന്നനെ അധികാരവും മറക്കുന്നു. (Marikkārāya mannane adhikāravum marakkunnu)

Sound sleep dwells in poor huts = ഗാഢനിദ്ര വസിക്കുന്നതു് ചെററക്കുടിലുകളിലാണു് (Gādha-nidra vasikkunnatu chettakkudilukaḷilāṇu)·

A good tree cannot bring forth evil fruits = നല്ല മരത്തിനു് ആകാത്ത ഫലം കായ്ക്കാൻ കഴിക യില്ല (Nalla maṙattinu ākātta phalam kāykān kazhikayilla)

No one can serve two masters = രണ്ടു യജമാനന്മാരെ സേവിപ്പാൻ ആർക്കും കഴികയില്ല (Raṅdu yajamānaṅmāre sevippān ārkum kazhikayilla

One man's food is another man's poision ഒരുവൻെറ ഭക്ഷണം മററൊരുവനു് വിഷമാണു്

Oṙuvante bakshaṅam mattoṙuvanu vishamāṅu

Blessed are the merciful = കരുണയുള്ളവർ ഭാഗ്യവാന്മാർ (Karuṅayuḷḷavar bāghyav nmar)

Prayer connects man with God = പ്രാർത്ഥന മർത്ത്യനെ ദൈവവുമായി ബന്ധിക്കുന്നു (Prārtana martyane daivavumāyi bandhikkunnu)

Opportunities once lost can never be regained നഷ്ടപ്പെട്ട സൌകര്യങ്ങൾ ഒരിക്കലും വീണ്ടെടുപ്പാൻ കഴികയില്ല. (Nashttappetta soukaṙiangaḷ oṙikkalum vīndeduppan kazhikayilla)

# EXERCISES

## കുറുക്കനും മുന്തിരിങ്ങാപ്പഴവും

ഒരിക്കൽ ഒരു കുറുക്കൻ വിശന്നു വലഞ്ഞു നടക്കുകയായിരുന്നു. അവൻ ഒരിടത്തു് ഒരു മുന്തിരിവള്ളി കണ്ടു. അതിൻെറ ചുവട്ടിൽ ചെന്നു് അവൻ മേലോട്ടു നോക്കി. അതാ, അങ്ങ് പൊക്കത്തിൽ ഒരു മുന്തിരിങ്ങാക്കുല! അവനു കൊതി സഹിച്ചില്ല. അവൻ ഒരു ചാട്ടത്തിനു് അതു് വായിലാക്കാമെന്നു് വിചാരിച്ചു അതിനു നേരെ അവൻ ചാടി. അവനു് എത്താൻ കഴിഞ്ഞില്ല വീണ്ടും ചാടി പാറിയില്ല. ഒടുവിൽ നിരാശനായി അവൻ പറഞ്ഞു: ''ഛീ! ഈ മുന്തിരിങ്ങ എനിക്കു വേണ്ട. ഇതു പുളിക്കും!''

---

## ആന

ആന ഒരു വലിയ മൃഗമാകുന്നു. അതിനു് നാലു കാലുകൾ ഉണ്ടു്. അവ തൂണുകൾപോലെയാണു്. ആനയുടെ കണ്ണുകൾ ചെറുതാണു്. ചെവികൾ മുറംപോലെയിരിക്കും. ആന എപ്പോഴും ചെവികൾ ആട്ടുന്നു. ആനയ്ക്കു നീണ്ട തുമ്പിക്കൈയു് ഉണ്ടു്. തുമ്പിക്കൈയു്കൊണ്ടു് അതു സാധനങ്ങൾ എടുക്കുന്നു. പഴയ കാലത്തു് രാജാക്കന്മാർ ആനപ്പുറത്തു സഞ്ചരിച്ചിരുന്നു.

---

മലയാളം ദ്രാവിഡഗോത്രത്തിൽപെട്ട ഒരു ഭാഷയാണു്. ഈ ഗോത്രത്തിൽപെട്ട മററു വികസിതഭാഷകൾ തമിഴ്, തെലുങ്കു്, കന്നടം, എന്നിവയാണു്. ഈ നാലു ഭാഷകളിൽവെച്ച് ഏററവും പഴക്കമേറിയതും വികസിതവും ശരിക്കു വളർച്ച മുററിയതും ആയ ഭാഷ തമിഴാണു്.

---

വളരെക്കാലം മലയാളം തമിഴെന്നാണ് അറിയപ്പെട്ടിരുന്നതു്; മലയാളശബ്ദം നാടിനെയാണ് ഭാഷയെയല്ലാ കുറിച്ചിരുന്നതും. ഈ അടുത്തകാലത്താണ് ഭാഷയ്ക്കു മലയാളമെന്ന പേരുണ്ടായതു്. അതിനു മുൻപ് കേരളഭാഷ മലയാഴ്മ, മലയാംമൊഴി, മലയാംഭാഷ എന്നീ പേരുകളിൽ അറിയപ്പെട്ടിരുന്നു.

---

ഏററവും പുരോഗമനാത്മകമായ കൃതികൾ കൊണ്ട് ഇന്നു മലയാളത്തിന്നു് ഭാരതീയഭാഷകളിൽ ഏററവും മികച്ച ഒരു ഭാഷയെന്ന് അഭിമാനിക്കാറായി. മലയാളത്തിലെ എഴുത്തുകാർ ഇൻഡ്യയിൽ മാത്രമല്ലാ, ലോകം മുഴവൻ പ്രശസ്തരായിത്തീർന്നിട്ടുണ്ട്. പത്രപ്രവർത്തനത്തിലും മലയാളത്തിൽ വമ്പിച്ച പുരോഗതി ഉണ്ടായിരിക്കുന്നു.

---

തമിഴിൽനിന്നു വേർപിരിഞ്ഞുനിൽക്കുന്ന ഒരു പ്രത്യേകഭാഷയായ മലയാളത്തിൻെറ ഉൽപത്തിയെപ്പററി പണ്ഡിതന്മാർ ഭിന്നാഭിപ്രായക്കാരാണ്. ചിലർ പറയുന്നു മലയാളം തമിഴിൻെറ മകളാണെന്നു്; മററു ചിലർ സഹോദരിയാണെന്നും ചുരുക്കം ചിലർ തമിഴിനോടൊപ്പം പഴക്കമുള്ള ഒരു ഭാഷയാണെന്നും വാദിക്കുന്നു തമിഴ് എന്ന പദത്തിൻെറ അർത്ഥവും പ്രാധാന്യവും ശരിക്കു മനസ്സിലാക്കാഞ്ഞതുകൊണ്ടാണ് ഈ അഭിപ്രായവ്യത്യാസങ്ങൾ ഉണ്ടായതു്. മലയാളത്തിൻെറ ചേടത്തിയാണ്, അല്ലെങ്കിൽ അമ്മയാണ് തമിഴെന്നു പറയുമ്പോൾ ഇന്നത്തെ തമിഴിൻെറ അനിയത്തിയോ മകളോ ആണ് മലയാളമെന്നു അർത്ഥമാക്കേണ്ടതില്ല.

---

മലയാളത്തിലെ പ്രാചീന മണിപ്രവാളകൃതികൾ മിക്കവാറും മതേതരകൃതികളായിരുന്നുവെന്നതു് മലയാള സാഹിത്യത്തെസ്സംബന്ധിച്ച ഒരു വിശേഷതയാണു്. പല കവികളും വേശ്യമാരെയും അവരുടെ ജീവിതത്തെയും ചര്യകളെയും പററി കാവ്യങ്ങൾ രചിച്ചിരുന്നു. അന്നത്തെ സാമൂഹികകാര്യങ്ങളെപ്പററി മനസ്സിലാക്കാൻ ആ കൃതികൾ ഗവേഷകന്മാർക്കു് പ്രയോജനപ്പെടുന്നുണ്ടു്. അവയെല്ലാംതന്നെ ഭോഗലാലസമായ വിഷയങ്ങൾ ഉൾക്കൊള്ളുന്നവയാണു്. പാട്ടുകളാവട്ടെ മിക്കവാറും മതപരവും പൗരാണികവും അനുഷ്ഠാനപരവുമായ വിഷയങ്ങളെ ആസ്പദമാക്കിയാണു്. ഇക്കാലത്തു് പാട്ടായി രാമായണവും ഭാരതവും രചിക്കപ്പെട്ടിട്ടുണ്ടു്.

---

പതിനെട്ടാം നൂററാണ്ടു് ആയതോടെ ഭാഷയും സാഹിത്യവും ക്രമാധികമായി വളർന്നുകഴിഞ്ഞു. അക്കാലത്തു അനേകം കവികളും എഴുത്തുകാരും മലയാളത്തെ എല്ലാ സാഹിത്യവിഭാഗങ്ങൾ കൊണ്ടും സമ്പന്നമാക്കിക്കഴിഞ്ഞിരുന്നു. പത്തൊമ്പതാം നൂററാണ്ടും ഇരുപതാം നൂററാണ്ടിന്റെ പ്രാരംഭദശയും പുലർന്നതോടെ എല്ലാ സാഹിത്യശാഖകളിലും കൂടുതൽ വളർച്ചയും പുരോഗതിയും ഉണ്ടായി. ആംഗലവിദ്യാഭ്യാസം മൂലമായി ഇന്നത്തെ സാഹിത്യരൂപങ്ങളായ നോവൽ, ചെറുകഥ, നാടകം, ഉപന്യാസം, ഭാവഗീതങ്ങൾ തുടങ്ങി പലതും പൊന്തിവന്നു.

---

## Translation

ഒരു ദിവസം ഒരു പരുന്ത് ഒരു ചുണ്ടെലിക്കുഞ്ഞിനെ കൊത്തിയെടുത്ത് ആകാശത്തിൻെറ ഉന്നത സീമയിൽ ചിറകടിച്ച് പറന്നു നില്ക്കുകയായിരുന്നു. പ്രാണരക്ഷാർത്ഥം പിടഞ്ഞുകൊണ്ടിരുന്ന ആ ചെറുജീവി, പ്രഭാതസ്നാനാനന്തരം ഉദയാർക്കനെ ആരാധിച്ചുകൊണ്ടിരുന്ന ഒരു സന്യാസിയുടെ ഉള്ളങ്കയ്യിൽ പതിക്കുവാൻ ഇടയായി. ആ വൃദ്ധസന്യാസിക്ക് കുട്ടികളുണ്ടായിരുന്നില്ല. അതിനാൽ അദ്ദേഹം തൻെറ തപഃശ്ശക്തികൊണ്ട് ആ ചുണ്ടെലിയെ ഒരു സുന്ദരിയായ പെൺകുഞ്ഞാക്കി മാററുകയും മക്കളില്ലാതെ സങ്കടപ്പെട്ടുകൊണ്ടിരുന്ന തൻെറ ഭാര്യക്ക് സമ്മാനിക്കുകയും ചെയ്തു.

സന്യാസിയുടെ ഭാര്യ അതിനെ സ്വന്തം മകളായി വളർത്തി. മകൾ വളർന്നു വന്നപ്പോൾ സന്യാസി അവളെ സൂര്യദേവന് വിവാഹം ചെയ്തുകൊടുപ്പാൻ നിശ്ചയിച്ചു. തൻെറ മകളുടെ ഭർത്താവു അഖിലാണ്ഡത്തിൽവെച്ച് ഏററവും ശക്തനായിരിക്കണമെന്നായിരുന്നു, സന്യാസിയുടെ ആഗ്രഹം. സൂര്യനെ സമീപിച്ചപ്പോൾ സൂര്യൻ മേഘമാണു തന്നേക്കാൾ ശക്തിമാൻ എന്ന് പറഞ്ഞൊഴിഞ്ഞു; കാരണം, മേഘം ഇടയ്ക്കിടെ സൂര്യപ്രകാശം മറയ്ക്കുവാൻ ശക്തനാണ്.

സന്യാസി മേഘത്തെ സമീപിച്ച് തൻെറ ഇംഗിതം അറിയിച്ചു; പക്ഷേ മേഘത്തിൻെറ ഉത്തരം കാററാണ് തന്നേക്കാൾ ശക്തിമാൻ എന്നായിരുന്നു; കാരണം കാററിന്ന് മേഘങ്ങളെ ഓടിക്കാൻ കഴിവുണ്ട്. സന്യാസി കാററിനെ സമീപിച്ചപ്പോൾ കാററു് തന്നേക്കാൾ ശക്തൻ പർവ്വതമാണെന്നും പർവ്വതത്തിന്ന് കാററിൻെറ ഗതി തടയുവാൻ ശക്തിയുണ്ടെന്നും പറഞ്ഞു.

സന്യാസി പൎവ്വതരാജനോട് തന്റെ മകളെ വിവാഹം കഴിക്കുവാൻ ആവശ്യപ്പെട്ടു. തന്റെ ദേഹം മുഴുവൻ തുരന്ന് പൊത്താക്കുവാൻ കഴിവുള്ള ചുണ്ടെലിയാണ് തന്നേക്കാറം ശക്തനെന്ന് പൎവ്വതം മറുപടി പറഞ്ഞു.

അവസാനമായി സന്യാസി ഒരു ചുണ്ടെലിയുടെ അടുക്കലേയ്ക്ക് മകളെ കൊണ്ടുപോയി അവളെ വിവാഹം കഴിപ്പാൻ അഭ്യൎത്ഥിച്ചു. പക്ഷേ ഭാൎയ്യ തന്റെ കൊച്ചുമാളത്തിൽ ഒതുങ്ങുകയില്ലെന്നായിരുന്നു അതിന്റെ പരാതി. സന്യാസി തന്റെ തപഃശ്ശക്തി മൂലം മകളെ പൂൎവ്വരൂപത്തിൽ എലിയാക്കി മാററി. അങ്ങനെ മൂഷികസ്ത്രീ വീണ്ടും മൂഷിക സ്ത്രീയായിത്തീൎന്നു; തന്റെ ഭൎത്താവൊരുമിച്ച് മാളത്തിൽ സസുഖം ജീവിച്ചു.

ജീവിതത്തിൽ ലഭിക്കുവാൻ കഴിയാത്ത ഉന്നതിക്കു വേണ്ടി ആരും പരിശ്രമിക്കരുത്.

o o o

Oṙu divasam oṙu paṙunthu oṙu chuṅdelikkunjine kothiyeduttu ākaśattinte unnata sīmayil chirakadichu parannu nilkkukayāyiṙunnu· prāṅarakshārtam pidanjukoṅdiṙunna ā cherujīvi, prabhāta snānānantharaṁ udayārkane ārādhichukoṅdiṙunna oru saniyāsiyude uḷḷankayyil patikkuvānidayāyi. Ā vridha saniyāsikku kuttikaḷuṅdāyiṙunnilla. Atināl adheham tante taphaśśaktikoṅdu ā chuṅdeliye oru sundariyāya peṅkunjākkī māttu·kayum makkalillāte sankadappettukoṅdirunna tante bhāriyakku sammānikkukayum cheytu.

Saniyāsiyude bhāriya, atine swandam makaḷayi vaḷarthi. Makaḷ vaḷarnnu vannappōḷ saniyāsi avaḷe sūriya dēvanu vivāham cheytu koduppān nischḁyichu. Tante makaḷude bharthāvu akhilāṅdhattil vechu ēttavum sakthanāyirikkaṇamennāyirunnu, saniyāsiyude āgraham. Sūriyane samīpichappōḷ sūriyan mēghamāṇu tannēkkāḷ śaktimān ennu paranjozhinju, kāraṇam, mēgham idaykkide sūriyaprakāsam maraykkuvān saktanāṇu.

Saniyāsi mēghathe samīpichu tante inghitam ariyichu. Pakshe mēghathinte uttaram kattāṇu tannēkkāḷ śaktimān ennāyirunnu, kāraṇam, kāttine mēghangaḷe ōdikkān kazhivuṇdu. Saniyāsi kāttine samīpichappōḷ kāttu tannēkkāḷ śaktan parvatamānennum paravatattinu kāttinte gati tadayuvān śaktiyuṇdennum paranju.

Saniyāsi paravatarājanōdu tante makaḷe vivāham kazhikkuvān āvaśiyappettu. Tante dhēham muzhuvan turannu pothākkuvān kazhivuḷḷa chuṅdeliyānu tannēkkāḷ śaktanennu parvatam marupadi paranju.

Avasānamāyi saniyāsi oṛu chuṅdeliyude adukkalēykku makaḷe koṅdhupōyi, avaḷe vivāham kazhikkuvān abhyarthichu. Pakshē bhāriya tante kochu māḷattil otungukayillennāyirunnu atinte paṛāthi. Saniyāsi tante taphaśśaktimūlam makaḷe pūrvarūpathil eliyākki mātti. Angane mūshika strī vīndum mūśhikastriyāyithīrnnu. Tante bhar thāvoṛumichu māḷathil sasukham jīvichu.

Jīvitathil labhikkuvān kazhiyātha unnatikku vēṅd ārum pariśramikkaṛutu.

One day a kite was hovering in the higher reigons of atmosphere with the young one of a mouse in its beak. The small creature while struggling for life, happened to fall down into the palms of a hermit worshiping the rising sun after his morning bath. The old hermit had no children and so he transformed the baby mouse into a beautiful girl by his power of penance and presented her to his sorrowing wife· The hermit's wife brought up the girl as her own.

When the girl grew up the sage wanted to give her in marriage to the Sun God. He wanted his son-in-law to be mightiest in the whole universe.

When the sage approached sun with his request he answered that cloud was more powerful than him because he could at times cover his light and form shade.

Then the sage went to the cloud and informed his wish. The cloud's answer was that the wind was mightier than him since he was driven by the wind. When the hermit approached the wind the answer was that the mountain which hinders him from blowing was really the stronger.

The hermit then requested the mountain to marry his daughter. The mountain replicd that the mouse, who bore holes in his body was superior to him·

Finally the hermit took his daughter to a mouse and requested him to marry her. But his complaint was that the birde was too big foı its abode. So the sage, once again used his power of penance and brought her back to her origingal shape of a mouse.

Thus the mouse again became a mouse and lived happily in a hole with her husband.

Never try to achieve undeserving positions in life.

## Exercises

Once a thief entered a garden and plucked fruits and filled his pockets with them. All of a sudden the owner appeared there and caught the thief. He asked why he had entered his garden. The thief replied that a terrible storm had picked him up there. The owner asked why had he plucked the fruit. The thief replied that the same storm had bowed the twigs and plucked the fruit. The owner then asked but how the fruits went into his pockets. At this the thief replied that he was himself amazed at how the fruits had gone into his pockets.

---

A crow stole a piece of bread. It sat on the branch of a tree and began to eat it. A fox sitting under the tree saw the crow and the bread. It wanted to snatch the bread but could not. She thought of a trick. She began to praise the crow and said how beautiful it could sing ! She asked the crow to sing her a beautiful song. The crow was flattered and opened its beak to sing a song. Immediately the piece of bread slipped and fell on the earth. The fox was very happy and ate it. The crow was disappointed.

---

India is a very vast country and is considered to be one of the antique auntries. It is spread over from Cape Comarin to the other end of the Himalayas. The greatest quality of this country is that here people of different communities live together in peace. Perhaps this is the reason that in spite of taking the load of so many attacks, India stands unmoved while many other countries which had to undergo much lesser rigours have vanished from the face of the earth.

—

Books are strange gifts. When in our lives hover the dark clouds of distress, then books like true friends provide us consolatior.. When other dear friends and relations leave as in ill times, books stick to us. Thev increase our courage and teach us how to win over difficulties. Books are the result of man's continuous work of thousands of years. Even then all books are not good. We should choseonly good books for reading.

—

An old farmer had four sons They always quarrelled with one another The father counselled them many a time that this quarrel will bring upon you and your family a great doom, but this did not have any effect on them.

The farmer one day fell ill. He was greatly worried over the disunity among his sons. He called all of them and asked them to bring him a bundle of fire sticks.

The farmer asked first the oldest and then the other sons one by one to break the bundle in two. All the brothers failed to do so.

The farmer then asked them to untie the bundle and then he gave each of his son one fire stick. He asked them to break it which all did in no time.

Upon this the farmer advised them that the sticks when they were united, could not be broken while when untied broke so easily. The same will happen to them if they continued quarrelling and separate one from the other. The society will then break them.

TOLERANCE and not love is needed for rebuilding post-war world civilization. Love does not work in public affairs, it was tried by the Christian Civilization of the Middle Ages and the French Revolution. Moreover the idea of love among foreigners and business concerns is ridiculous. It leads to sentimentalism. Above all we can love only those whom we know. The other two ways to settle disputes among races and classes are tolerance or killing others. Nazi method of killing is not good so only tolerance can help in rebuilding civilization. It may be dull or negative virtue but this is the only way to settle down to the work of reconstruction.

---

Manifold can be the causes responsible for these, lack of accomodation among the different communities may be given as one. Much harm is done in the world by one set of people failing to understand the points of view of other. Lack of tolerance is generally the spark for communal trouble. An ordinary event of little importance hurts the religious sentiments of one group of people who are ready to retaliate by taking recourse to violence. This has a natural and inevitable reaction from members of the other group and this leads on to committing a numerous acts of violence. India is a country where great efforts are required to be made for maintaining communal harmony which is mainly responsible for communal riots. Different communities should learn to live in an atmosphere of amity and goodwill. The masses in India are to be taught that all religions lead to the same goal. It is the absence of such knowledge among the people that ferments hatred and aversion. Another thing is also to be noted here.

---

# LESSON 21

## LETTER WRITING

## എഴുത്തുകുത്ത്

Eḷuttukuttu*

---

മദിരാശി.
16-3-'70

പ്രിയ സുഹൃത്തേ,

സദയം അയച്ച കത്തു കിട്ടി. വിവരങ്ങൾ അറിഞ്ഞു് വളരെ സന്തോഷിക്കുന്നു.

താങ്കൾ മദിരാശിയിൽ വന്നിട്ടില്ലല്ലോ. ഒന്നു വരൂ. നമുക്കു് ഇവിടെ കുറച്ചുനാൾ സന്തോഷമായി കൂടാം. ഇപ്പോൾ ഇവിടെ ചൂടു തുടങ്ങുന്നേ ഉള്ളൂ. മേയ് മാസം ആകുമ്പോഴേക്കും സഹിക്കവയ്യാത്ത ചൂടാകും. അതുകൊണ്ടു് ഉടനെ പുറപ്പെടുക.

പുറപ്പെടുന്നതിനു് മുമ്പേ ഒരു കത്തോ കമ്പിയോ അയയ്ക്കുമല്ലോ. റെയിൽവേ സ്റ്റേഷനിൽ ഞാൻ കാത്തു നില്ക്കും.

എന്നു് സ്വന്തം
ശങ്കരൻ.

Madras,
16-3-'70.

Dear friend,

Received your letter kindly sent (by you). Very much pleased to have known the particulars.

You have never come to Madras! Please do come once. Let us be together here for some time. Now the summer is just begun here. By the month of May, the summer will be intolerable. Therefore start immediately.

Hope you will send either a letter or wire before you start. I shall be waiting for you at the Railway Station.

Yours
SANKARAN.

# LESSON 22

## Vocabulary

| | | |
|---|---|---|
| അങ്ങനെ | aṅṅane | Thus, in such a wav. |
| അങ്ങനെതന്നെ | aṅṅane tanne | Just so, yes. |
| അങ്ങോട്ടു് | aṅṅōṭṭu˘ | Thither, to that side. |
| അച്ചടി | accaṭi | Printing. |
| അച്ചൻ | accan | Father, priest. |
| അച്ചിങ്ങ | acciṅṅa | Young beans |
| അച്ചുകൂടം, അച്ചുക്കൂടം | accukūṭam, accukkūṭam | A printing office. |
| അച്ഛൻ | acchan | Father. |
| അഞ്ഞൂറു് | aṅṅūru˘ | Five hundred. |
| അട | aṭa | A kind of cake with gluffings. |
| അടയാളം | aṭayāḷam | A sign, a mark. |
| അടയ്ക്ക | aṭaykka | To close, arecanut. |
| അടരുക | aṭaruka | To split. |
| അടി | aṭi | A blow, a foot step, sole, bottom, metre. |
| അടിക്കുക | aṭikkuka | To beat, to sweep. |
| അടിക്കടി | aṭikkaṭi | Frequently. |
| അടിപിടി | aṭipiṭi | Assault. |
| അടിമ | aṭima | Slave. |
| അടിയുക | aṭiyuka | To rot, to fall, to-drift. |
| അടിസ്ഥാനം | aṭisthanam | Foundation. |
| അടുക്കൽ | aṭukkal | Near. |
| അടുക്കള | atukkaḷa | A kitchen. |
| അടുക്കുക | aṭukkuka | To put in rows. |
| അടുത്ത | aṭutta | Near, fit, appropriate. |
| അടുത്ത കാലത്തു് | aṭutta kālathu˘ | Recently. |

| | | |
|---|---|---|
| അന്നം | annam | — Cooked rice. |
| അന്തി | anti | — Evening, dusk. |
| അന്നു് | annu˘ | — That day. |
| അൻപതു് | anpatu˘ | — Fifty. |
| അന്യൻ | anyan | — Stranger. |
| അന്യായം | anyāyam | — Injustice, complaint |
| അന്യോന്യം | anyōnyam | — Mutual. |
| അന്വേഷണം | anvēšhanam | — Search. |
| അപരാധം | aparādham | — A offence. |
| അപരാധി | aparādhi | — An offencer. |
| അപവാദം | apavādam | — Blame. |
| അപായം | apāvam | — Calamity, danger. |
| അപ്പൻ | appan | — Father, child. |
| അപ്പുറം | appuram | — The other side. |
| അപ്പൂപ്പൻ | appūppan | — Grand father. |
| അപ്പോൾ | appōḷ | — Then. |
| അഭംഗി | abhañgi | — Ugliness. |
| അഭയം | abhayam | — Refuge. |
| അഭിനന്ദിക്ക | abhinandikka | — To congratulate. |
| അഭിപ്രായം | abhiprāyam | — Opinion. |
| അഭിരുചി | abhiruci | — Taste. |
| അഭിപ്രായ വ്യത്യാസം | abhiprāya vyatyāsam | — Difference of opinion |
| അഭിമാനം | abhimānam | — Pride, self respect. |
| അമ്പലം | anpalam | — Temple. |
| അമ്പട്ടൻ | anpaṭṭan | — Barber. |
| അമ്പിട്ടൻ | ampiṭṭan | |